Bảo Anh Lạc Bookshelf 12

Sen nở chốn tử tù

Tái bản lần thứ năm

Nhiều tác giả

Thích Nữ Giới Hương biên dịch

NXB Hồng Đức

Huong Sen Buddhist Temple

19865 Seaton Avenue, Perris, CA 92570, USA

Tel: 951-657-7272, Cell: 951-616- 8620

Email: huongsentemple@gmail.com,

thichnugioihuong@yahoo.com

Facebook: https://www.facebook.com/ huongsentemple

Web: www.huongsentemple.com

Sen nở chốn tử tù

Nhiều tác giả

Thích Nữ Giới Hương biên dịch

Mục Lục

Phụ Lục

Lời dịch giả
cho lần tái bản thứ năm, 2025

Cuốn sách "**Sen Nở Chốn Tử Tù**" vốn là Anh ngữ do Hội Thiền Dấn Thân (*The Engaged Zen Foundation*) sưu tập và Ni trưởng TN Giới Hương chuyển từ tiếng Anh sang tiếng Việt cách đây 15 năm (2010), được tái bản lần bốn lần.

Lần tái bản thứ năm (2025) này, dịch giả vẫn giữ lại nội dung như lần đầu ra mắt. Tuy nhiên, để sách hữu dụng và phục vụ tốt hơn, kỳ này nhiều lỗi được chỉnh sửa, có thêm hình xen kẽ cũng như bổ sung các bài phụ lục.

Trân trọng giới thiệu đến quý đọc giả gần xa.

Nắng xuân trên đỉnh đồi
Chùa Hương Sen, Perris, California,
Ngày 01 tháng 01 năm 2025,
Nay kính,
Thích Nữ Giới Hương

LỜI ĐẦU

Hội Thiền Dấn Thân (*The Engaged Zen Foundation*) là một tổ chức thành lập với mục tiêu hướng dẫn phương pháp tọa thiền trong nhà tù để giúp các tù nhân làm chủ tâm mình và phát huy những khía cạnh tốt đẹp của cuộc sống trong hiện tại và sau khi ra khỏi tù. Với sự nỗ lực của chính bản thân, tù nhân sẽ trở lại xã hội với tinh thần có kỷ luật, kiên nhẫn, không bạo hành và giàu lòng từ bi hơn.

Sau nhiều năm, Hội Thiền Dấn Thân đã mở rộng tầm hoạt động, hướng về những vấn đề rộng lớn hơn cho quyền lợi con người và công bằng xã hội, v.v… Hoạt động của hội là trợ giúp mọi tù nhân trên căn bản của "tùy trường hợp" và phần lớn những nỗ lực của hội diễn ra trong âm thầm và ít người biết đến. Hội Thiền Dấn Thân như là một động năng khuyến khích các chương trình cải cách trong hệ thống nhà tù như đề nghị xóa án tử hình thay bằng án chung thân không ân xá hoặc ân xá.

Được sự cho phép của Thượng tọa Kobutsu Malone - Trang chủ Hội Thiền Dấn Thân, cô Robin Casarjian và các tác giả khác, tôi xin phỏng dịch một số bài viết trên các trang web www.engaged-zen.org/articles/Kobutsu Death_Row_Practice.html; www.lionheart.org với mục đích giới thiệu với các đọc giả thấy hình ảnh các tù nhân nỗ lực hướng đến đời sống tâm linh phong phú bằng phương pháp thiền Phật giáo với sự hỗ trợ nhiệt tình của chư tôn đức tăng ni Phật tử hay cư sĩ tình nguyện. Xin thành tâm tri ân công đức thiện nguyện dấn thân của chư Tôn đức tăng ni và quý Phật tử trong sự nghiệp hoằng pháp tại chốn lao tù này, tựa như giúp cho những búp sen tâm nở nơi chốn tử tù. Đó là tựa đề của tác phẩm chuyển ngữ này "Sen Nở Chốn Tử Tù".

Khả năng dịch thuật cũng còn kém, nhưng vì nhiệt tình muốn giới thiệu một cái gì 'bên trong tù' ra thế giới 'bên ngoài', nên dịch giả không ngại sức mình thô thiển. Nhiều đoạn văn không nhằm mục đích thì dịch giả xin lược bớt. Chắc hẳn còn nhiều sự sơ sót, kính mong các bậc thiện tri thức hoan hỉ chỉ giáo để lần tái bản sau được hoàn chỉnh hơn.

Thành kính tri ân tất cả.

Chùa Hương Sen, 18/03/2010

Thích nữ Giới Hương

THIỀN SINH PHẢN ĐỐI ÁN TỬ HÌNH

Kobutsu Malone

Đứng trên quan điểm của một tu sĩ thiền tông, tôi chống đối án tử hình, chống đối tất cả sự giết hại cũng như tất cả sự hình thức áp đặt sự khổ đau lên bất cứ một chúng sinh nào, dù đó là hành động của cá nhân hay của một nhóm, một quốc gia. Sự chống đối này dựa trên sự chọn lựa của cá nhân tôi. Điều này không lệ thuộc vào sự chỉ định của một lời dạy trong kinh điển, giáo điều, sự áp bức hoặc do sự chỉ định của bề trên nào cả. Sự chống đối là bổn phận của tôi, khả năng đối kháng của tôi. Chính tôi là người đã quyết định "tôi là ai" một cách sáng suốt và quyết đoán, tôi không phải là người bị bảo "phải là tôi". Tôi đã quyết định cho chính mình tuân giữ Giới luật thứ nhất của Đạo Phật:

"*Kính trọng và thương yêu tất cả mạng sống, tôi*

nguyện không bạo động và không sát hại bất cứ sinh mạng nào".

Các giới luật trong truyền thống Phật giáo không phải là những mệnh lệnh. Giới luật chỉ nêu lên những gì chúng ta nên hay không nên làm. Tôi quyết định giữ giới luật này dựa trên kinh nghiệm của cuộc sống, sự nhận thức về thực tại và sự quyết định đóng góp làm đẹp cho xã hội hơn bằng các sự không gây sự khổ đau về thể xác và tinh thần cho kẻ khác.

Tôi thiết nghĩ rằng thiền là một truyền thống rất đơn thuần, không giáo điều, không mệnh lệnh, không quyền uy, trên chỉ là bầu trời bao la…

Đức Phật Thích Ca tọa thiền tại tháp Đại Giác, Bồ Đề Đạo Tràng, Ấn Độ năm 2018

QUÁN SỔ TỨC

Henry Mathews

Tôi tên Henry và sự thực tập thiền của tôi là quán sổ tức (đếm hơi thở). Đếm hơi thở ra, thở vô từ một đến mười. Có một thời kỳ, tôi đếm những ngày đi qua, rồi đếm đến tháng, rồi đếm đến năm của từng lốc lịch. Hiện nay tôi chỉ đếm hơi thở. Đây là lần đầu tiên trong năm mươi năm từ khi tôi đi lại trên đất và mười chín năm rưỡi từ khi tôi ở tù, tôi có một cái gì để tin tưởng.

Nhiều người cho rằng năm mươi năm là một khoảng thời gian dài. Nhiều người đi tìm cầu mảnh đất tâm linh trọn cuộc đời mà rốt cuộc không tìm được gì. Tôi nghĩ rằng tôi vô cùng may mắn, chỉ có năm mươi năm tìm kiếm mà được gặp pháp môn thích hợp - thực tập thiền quán.

Khi tôi còn nhỏ, lớn lên trên những đường phố trong khu Harlem, tôi may mắn đọc được quyển "Đất Lành" của Pearl Buck. Quyển sách đó đã để lại một ấn tượng sâu xa, khiến tôi có thể khơi dậy sự kính trọng và thích thú đối với nền văn hóa Đông phương. Suốt cả cuộc đời, sự thích thú ấy vẫn tồn tại – thám tử tài ba "Charlie Chan"; cú đá tuyệt vời của Bruce Lee và tất cả phim ảnh võ hiệp – không phải chỉ là sự giải trí. Những lời dạy căn bản của Khổng Tử, Lão Tử và Đức Phật đã dần dần đi sâu vào tâm khảm tôi. Tôi chỉ có thể đọc nhưng chưa hề hiểu thấu ý nghĩa thâm sâu của những lời dạy đó. Nếu tôi có thể thực hành những lời dạy đó, có lẽ hiện nay tôi đã không phải vào tù. Nhưng quá khứ là quá khứ, cái gì đã xảy ra thì đã xảy ra!

Hiện nay, tôi đang ở đây, trong hiện tại và bây giờ, phẩm chất của giây phút hiện tại, là yếu tố xác định để hướng dẫn cuộc đời tôi. Bị giam trong tù, đặc biệt là bị giam lâu như tôi, đây không phải là chuyện dễ dàng. Sự tù tội đã làm hao mòn thể xác và tinh thần tôi. Tôi ngạc nhiên là tôi vẫn còn sống và giữ được một vài mục tiêu của cuộc sống hơn mười chín năm dằng dặc. Tôi nghĩ rằng (nghiệp) quá khứ (của tôi) đã dọn đường cho tôi đến việc thực tập tâm linh này. Sự thực tập là đếm hơi thở, chỉ đơn giản như vậy!

Lần đầu tiên tôi gặp Thượng tọa Kobutsu Shindo Kevin Malone. Thầy gợi cho tôi hình ảnh nhân vật Jake Lamotta trong phim Raging Bull. Dáng người thấp với bề ngang tròn như thân cây Redwood. Tôi không có hân hạnh hoặc vui sướng được biết thầy Kobutsu trong lần gặp ngắn ngủi tại "nhà kho người" (trại tù) nổi tiếng "Trung Tâm Cải Tạo Sing Sing". Lần đầu tiên tôi gặp thầy là tại nhà thương của Trung tâm. Lúc đó tôi đang có mặt tại nhà thương để tham dự một chương trình cho tù nhân. Trong khoảng giờ giải lao ngắn, tôi bước ra khỏi phòng để thư giãn đôi chân, đồng thời hít thở ít không khí trong lành cho đỡ buồn ngủ. Trong khi đi thong thả, tôi nhìn vào những gian phòng dọc theo hành lang. Khi tôi đi đến cuối hành lang, tôi bắt đầu quay trở lại. Trong khi quay người, tôi nhìn vào một gian phòng tối đen, tôi dừng chân và nhìn vào trong phòng. Đó là lần đầu tiên tôi nhìn thấy cái đầu tròn như trái banh của Thượng tọa Kobutsu. Thầy ngồi trên những chiếc mền được trải trên mặt đất. Gian phòng nhỏ hẹp, đen đúa và bẩn thỉu. Có lẽ đây là một nhà kho không còn dùng đến. Đèn trong phòng đã tắt, nhưng có đủ ánh sáng phản chiếu để cho tôi thấy được những người ở trong. Thầy Kotbutsu, một người đàn bà trẻ, E-Kun Liz Porter và nhiều bạn tù đang ngồi trên những tấm tọa cụ, tuyệt nhiên bất động. Khi tôi nhìn họ, từ thẳm sâu trong lòng, hình như có tiếng mời gọi tôi tham dự vào sự bình an và im lặng sâu thẳm đó. Nhưng tôi khựng lại vì có cảm tưởng rằng mình là một người ngoại cuộc chưa biết lối vào. Chỉ có một bước qua ngạch cửa, nhưng tôi không thể nào bước qua. Hơn nữa, tôi còn phải trở về tham dự chương trình của tôi.

Lần kế, tôi thấy thầy Kobutsu và E-Kun ngồi với bạn tù (sau này tôi mới biết đó là tọa thiền). Khi tôi đang đi đến Thư viện Luật pháp của nhà tù để tìm hiểu một vài vấn đề thì gặp họ đang ngồi đó, ngồi trong sự tĩnh lặng tuyệt vời. Tôi đứng bên cánh cửa và tò mò nhìn vào trong cũng khoảng mười phút. Ai thường tọa thiền của chánh niệm an trú hiện tại sẽ hiểu được thiền vị của sự tĩnh lặng bình an và lực lượng mạnh mẽ mà sức định tỏa ra khắp không gian này. Mặc dù, tôi đứng ngoài phòng, nhưng tôi lại nhận thức rõ trong tâm rằng tôi đang ở trong vòng tham dự sự thực tập tọa thiền. Tôi vẫn chưa dám bước vào nhưng trong lòng tôi biết rõ tôi đang tìm cách bước vào.

Tôi tiếp tục đi đến thư viện, nhưng tôi biết sự tìm kiếm thực sự của tôi không phải tìm trong một quyển sách luật pháp hay trong thư viện mà là ở trong gian phòng với nhóm hành giả tù nhân tu tập đó. Tôi hỏi các người bạn và cuối cùng cũng biết được thời gian và địa điểm mà nhóm tu thiền đó tu tập. Khi đó, nhóm tu thiền đã dời đến một gian phòng lớn và sạch sẽ hơn dưới hầm của Giáo đường của nhà tù. Tôi không biết là mình đang gặp gỡ Phật giáo hay là nhóm Gypsy (nhóm dân tộc thiểu số Châu Âu trong thời Trung cổ)?

Lần đầu tiên tôi bước vào thiền đường, cảm tưởng "xa lạ" mà tôi đang có trong đầu, tự nhiên biến mất, thay vào đó là một sự chào mừng thân mật và ấm áp của những người trong nhóm. Thầy Kobutsu mời tôi qua một bên phòng khoảng vài ba phút để giải thích về nghi lễ và tọa thiền cho tôi nghe. Qua sự hướng dẫn ngắn ngủi đó, tôi bắt đầu thực tập đếm hơi thở. Từ đó, tôi thường ngồi tọa thiền bất cứ lúc nào thuận tiện, hoặc là trong nhóm, hoặc là một mình. Những đồng bạn tu tập tọa thiền đều biết rằng đây không phải là điều dễ dàng. Nhiều lúc tôi không thể đếm quá "hai", hoặc trở thành hợp nhất với sự đau đớn thể xác mà tôi phải chịu đựng, nhưng cũng có những lúc yên ổn, khi đang tĩnh tọa, tôi như quên mất chính mình và chỉ ngồi yên hưởng vị thiền một cách đơn thuần. Đây là thành quả của thiền.

Ở đây, không đủ chỗ để tôi ghi ra hết tên họ của tất cả những ân nhân đã giúp đỡ cho sự tồn tại của thiền đường Dharma Song trong trại tù Sing Sing này. Quý vị ân nhân sẽ không bị lãng quên. Thượng tọa Eido Sotai Shimano, nguyện ngài luôn được thành công trong sự nghiệp hoằng pháp. Thượng tọa Kobutsu Shindo và E-Kun Liz Porter, nếu không có sự nỗ lực và quan tâm của các ngài, ắt sẽ không có thiền đường Dharma Song. Những lớp Giáo Lý Phật Pháp vào sáng chủ nhật của sư cô Saman Sodo khiến cho tất cả tù nhân đều phấn khởi tu tập…

Xin thành kính tri ân.

ÁC CẢM

William Graham

Scott là một người tình nguyện đến thiền đường Dharma Song mỗi tuần một lần, đôi khi hai lần. Tôi là một người tù tham dự vào chương trình tu thiền với mục đích phát triển tâm linh. Scott là người Mỹ trắng, còn tôi Mỹ đen. Cộng nghiệp đã đưa chúng tôi đến với nhau trong sự bất đồng. Cả hai chúng tôi đều không có sự lựa chọn.

Hai chúng tôi thực tập tọa thiền trong thiền đường dưới tầng hầm của giáo đường trong trại tù Sing Sing. Cho đến hôm nay, Scott là người da trắng độc nhất mà tôi thân thiết chứ không phải là một sự xã giao hời hợt.

Khi tôi mới gặp Scott, tôi không xem anh ta như một cá nhân hoặc như một con người. Tôi xem anh ta như một con quỷ, thành phần của một chủng tộc và một hạng người đã tàn nhẫn với chủng tộc da đen và gây sự đau khổ cho chính bản thân tôi. Tôi đã không cho anh ta một cơ hội để trình bày về con người thật của mình.

Người da trắng đã gây cho tôi rất nhiều phiền muộn cho nên tôi đã có thành kiến và đổ thừa cho anh những gì mà tôi đã nhận thức về những người da trắng mà tôi đã kinh nghiệm. Tôi thấy Scott có vẻ ta đây, ngạo mạn và hống hách. Anh ta làm ra vẻ cao quý mà tôi thấy được qua màu da sáng kiêu sa của anh.

Trước kia, tôi đã gặp nhiều người da trắng với thái độ hống hách và Scott hình như là một trong bọn họ. Thái độ hống hách mà tôi đề cập luôn luôn gây cho tôi ấn tượng là người da trắng cảm tưởng như họ ban bố sự văn minh đến cho người dân bản xứ. Hình như là Scott biết rõ con người tôi và cách tôi phải thay đổi để sống thế nào cho tốt đẹp hơn. Ấn tượng này càng lớn mạnh sau mỗi lần chúng tôi gặp gỡ nhau.

Hình như chúng tôi nhìn nhau bằng cặp mắt thách thức, khinh bỉ hoặc khiêu khích và đã ngấm ngầm công kích nhau kịch liệt. Tôi cảm thấy thích thú trong việc chứng tỏ sự già giặn và ưu việt của mình bằng cách ngồi kiết già đối diện với anh ta trong thiền đường, vì tôi biết anh ta không thể ngồi kiết già. Mỗi buổi ngồi thiền, tôi thường cảm thấy kiêu hãnh khi thấy anh ta đứng dậy có vẻ khó khăn. Sau một thời gian, anh ta hình như cảm nhận được sự ác cảm của tôi. Việc này giữa hai chúng tôi kéo dài một khoảng thời gian.

Một buổi tối, mọi việc bùng nổ. Tối đó, thầy Kobutsu không thể đến nhà tù và Scott được cử làm người hướng dẫn. Hôm đó, tôi ngồi lầm chỗ hai lần mà không biết.

Lần thứ nhất, trước khi buổi tọa thiền bắt đầu. Tôi

đứng dậy ra ngoài, khi tôi trở lại, Scott đang ngồi trên chỗ mà tôi vừa để trống. Tôi chẳng nói gì bèn ngồi đối diện với anh ta. Anh cho biết tôi đã ngồi trên chỗ của người hướng dẫn. Tôi nói "Không sao", bèn đứng dậy. Tôi cảm thấy hơi bất mãn, bèn nói rằng nên nói lớn tiếng, đừng nói với giọng thì thào làm như có vẻ sợ sệt. Tôi bảo anh ta nếu muốn gì cứ nói đừng có thều thào, phải tỏ ra đàn ông mạnh mẽ.

Giờ tọa thiền bắt đầu, tôi ngồi kiết già. Thường thường chúng tôi chỉ ngồi mỗi thời 35 phút, thế nhưng đặc biệt tối nay, chúng tôi ngồi thêm 10 phút. Những ai thực tập tọa thiền một thời gian đều biết đến sự đau nhức khi thời thiền chấm dứt. Chân và đầu gối tôi đau buốt trong buổi ngồi kiết già 45 phút đó. Trong khoảng 10 phút ngồi thêm đó để phản ứng sự đau đớn, tôi bắt đầu thở mạnh và nặng hơn. Scott nghe được, bèn nói: "Kiểm soát hơi thở."

Tôi vi phạm quy luật không nói chuyện trong thiền đường và cải lại anh ta: "Hãy ngồi kiết già lâu như chúng tôi, rồi xem hơi thở của anh thế nào!" Trong thời kinh hành, anh ta bước ra hành lang và gọi tôi ra ngoài nói chuyện, tôi nói: "Đợi một chút." Anh ta gọi tôi hai lần và tôi đều từ chối. Anh ta đứng ngoài hành lang cho đến lúc kinh hành chấm dứt và mọi người bắt đầu tiếp tục tọa thiền thêm 35 phút nữa.

Scott đi vào trong thiền đường, bật đèn lên và trình bày cho mọi người nghe rằng anh ta không tha thứ sự vô lễ trong thiền đường và tôi đang có vấn đề chống đối người hướng dẫn. Tôi bảo anh ta rằng trong đây toàn là người lớn, không phải con nít. Chúng tôi lời qua tiếng lại một lúc cũng không đi đến đâu. Cuối cùng, tôi nói: "Nếu anh muốn tôi đi ra, tôi sẽ ra." Anh ta đồng ý. Lúc tôi sắp sửa bước ra, Yogen, trưởng nhóm của nhóm tù nhân tu thiền nói rằng Scott là người hướng dẫn, do đó tôi lại ngồi xuống. Những tù nhân khác trong thiền đường phát biểu ý kiến. Tôi nói Scott hành động ấu trĩ. Anh ta đáp lại là một trong hai chúng tôi phải đi ra và tôi cứ ngồi ỳ ra, anh ta bỏ ra ngoài.

Sau khi Scott đi ra, tôi lắng nghe mỗi khi có tiếng bước chân trên bậc thang xuống thiền đường. Tôi nghĩ có thể anh ta báo cho nhân viên trại tù về những chuyện xảy ra và những nhân viên đang đi xuống kết tội tôi. Nhưng điều đó không xảy ra. Scott không trở lại thiền đường khoảng một tháng. Trong khoảng thời gian đó, tôi cảm thấy bất an, tôi cảm thấy thiếu thốn khi anh vắng mặt và hy vọng sự bất hòa của chúng tôi không phải là nguyên nhân chính cho sự vắng mặt của anh. Sau đó, tôi biết được sự vắng mặt của anh không phải vì lý do chúng tôi gây gỗ.

Một tuần sau khi sự việc xảy ra, tôi trình bày cho thầy Kobutsu về sự việc này. Thầy nói thầy có biết về việc này và đã liên lạc với Scott. Thầy nói rằng cả hai chúng tôi đều có lỗi và chính thầy cũng có lỗi là không loan báo trước với mọi người về việc để Scott thay mặt trong lúc thầy vắng. Thầy lại nói sự cải cọ có thể là cơ hội cho hai chúng tôi quen biết nhau và chúng tôi có thể viết ra về những gì đã xảy ra.

Khi Scott trở lại, anh ta và tôi bắt đầu tìm hiểu về vấn đề đã xảy ra giữa chúng tôi. Trong thời gian này, Scott trở thành người Mỹ trắng độc nhất mà tôi từng quen biết. Tôi vui mừng vì nhờ sự tranh cải mà chúng tôi bắt đầu thay đổi thái độ của chúng tôi đối với nhau. Điều này đem đến sự đồng tình, kính trọng, tình thương và lo lắng mà chúng tôi chưa bao giờ cảm nhận trước đó. Điều này giúp cho chúng tôi điều chỉnh lại quan điểm và chia sẻ với nhau mà không có một sự oán hờn hay ganh ghét nữa.

Tôi bắt đầu hiểu rõ ý nghĩa của câu "Sự sâu xa không thể so sánh và sự vi tế thì nhỏ nhiệm". Những gì đã xảy ra giữa Scott và tôi thật sâu xa. Từ sự cãi cọ đó, tôi học được rằng khi chúng ta câu thông với nhau về cảm nghĩ và cảm xúc, chúng ta có thể vượt qua sự bực dọc và bất đồng. Xuyên qua sự xóa tan những giả vờ và nhận thức về vấn đề đang xảy ra, cánh cửa của trí tuệ siêu việt sẽ mở ra cho tất cả chúng ta.

Đức Phật hóa độ Tướng cướp Vô Não (Angulimala) bỏ đường ác và quy y Tam Bảo và trở thành đệ tử của Phật

SỨ GIẢ HÒA BÌNH

Jarvis Masters

Khi tôi thức dậy lúc sáng sớm chuẩn bị ngồi thiền, tôi cố gắng tưởng tượng tôi là một sứ giả hòa bình đang ở trong một khu xóm động loạn. Tối hôm qua, một xà lim trống bên cạnh tôi vừa có một tù nhân mới vào. Hắn gào thét suốt đêm. Mặc dù tiếng gào thét của hắn quyện vào giấc ngủ say của tôi, tôi nhất định không thức dậy, xem giống như mọi đêm khác.

Lúc này, ánh sáng bình minh bắt đầu ló dạng qua cửa sổ đối diện xà lim của tôi. Tôi im lặng đặt tấm mềm xếp đôi lên nền tù lạnh. Người láng giềng mới của tôi lại bắt đầu gào thét: "Tao giết mầy! Tao giết hết tụi bây, đồ chó đẻ, nếu tụi bây không thả tao ra!"

Tôi có thể thấy trong đầu của tôi là anh ta đang dùng sức mạnh lắc những thanh sắt cửa xà lim để gây ra náo động lớn. Tôi không biết là mình có thể ngồi tĩnh tọa trong khi những tiếng động ầm ỉ của sự giận dữ của hắn ta đang vang rền khắp dãy tù. Thầy tôi, Rinpoche, đã có lần gửi tôi một bài giảng của thầy, trong đó thầy nhấn mạnh đến sự an lạc mà thầy trải nghiệm khi ngồi tọa thiền ở phi trường rộn rịp, trong lúc chờ chuyến máy bay khác đi tiếp.

Ước gì tôi có thể nhớ lại tại sao thầy ấy thích như vậy! Tôi quyết chắc có thể tìm được lời giải đáp ở trong những lời dạy của thầy: không lãng phí thời giờ quý báu của thiền quán. Tôi quay lại thực tập tu thiền theo lối này. Thường thường tôi có thể ngồi tĩnh tọa với những tiếng động bao quanh, thế nhưng không có gì vừa ồn ào lại vừa gần sát bên như tiếng những thanh sắt rung chuyển giống như phi cơ phản lực vượt qua bầu khí quyển này.

Tôi mới ngồi được vài phút thì gã ấy kêu với qua: "Ê, thằng bên kia, cho tao nửa điếu thuốc đó đi!"

Hà! Tôi nghĩ bài thần chú tôi bị gián đoạn. Tôi bỏ hút thuốc đã nhiều năm. Tôi tưởng tượng nếu có người hỏi Rinpoche câu hỏi tương tự khi thầy ngồi tại phi trường. Chắc họ không dám! Tôi chắt lưỡi trong im lặng.

Tôi ngửi thấy mùi thuốc hút từ một góc xà lim gần đó. Tôi đã quen với sự hút thuốc của những người tù chung quanh. Có những lúc tôi im lặng chấp nhận mùi thuốc lá buổi sáng như là hương nhang của nhà chùa. Mỗi điếu thuốc thắp lên, bầu không khí trở nên một bàn thờ đầy hương khói để tôi ngồi thiền niêm hương bạch Phật.

Khi mà bức tường giữa tôi và người kế bên bắt đầu rung chuyển như đang có động đất, tôi cũng muốn kêu hắn dừng lại và bắt đầu vào việc tọa thiền. Nhưng hắn có thể xem đó là một sự khi dễ. Điều này chỉ biến tôi trở thành đối tượng cho sự giận dữ và sẽ đem sự phiền hà cho cả hai chúng tôi. Cho nên, tôi đã cố gắng kềm lòng, ngồi trên tấm mền vẫn còn muốn nhắm mắt tọa thiền.

"Ê, thằng kế bên", người bên cạnh tôi lại la lên, dộng vào tường. "Cho tao xin điếu thuốc, hút một vài hơi. Ê, tao biết mày đang hút thuốc bên đó. Tao biết mày đang nghe tao nói!" Hắn tiếp tục vừa dộng vào tường, vừa la hét.

"Ê, ê!" Tôi la lên. Rốt cuộc, tôi không còn chịu nổi nữa và bây giờ tôi biết chắc rằng tôi không phải là Rinpoche. "Hê, anh không cần phải la hét và tiếp tục dộng lên tường từ sáng đến giờ giống như một thằng khùng!" Tôi bước đến cửa sắt, "Ê, không cần biết tên anh là gì, không phải tôi hút thuốc. Tôi không hút thuốc. Tôi bỏ hút thuốc đã nhiều năm rồi. Mà giả như tôi có hút, xét lại thái độ của anh, la hét và dộng vào tường cả buổi sáng nay, anh hãy lo việc riêng của anh, giống như tôi vậy. Tôi chẳng cho anh một điếu nào hết ».

"Ê, bạn." Người đó cố gắng giảm bớt âm thanh. "Họ kêu tôi là Bosshog. Tôi chỉ cần hút một điếu thuốc. Anh biết không?"

Tôi trả lời: "Tên tôi là Jarvis và tôi chỉ cần yên tĩnh. Anh tin tôi đi, Bosshog, tôi không nói là tôi cần yên tĩnh hơn là hiện nay anh đang cần thuốc lá, bởi vì tôi biết thuốc lá đem cho anh cảm giác thế nào! Nhưng mà dộng vào tường, anh đã lấy đi phần nào sự tự do của tôi, điều này chẳng hay tí nào, anh biết không?"

"Ok, nhưng mà anh có thể tìm cho tôi một điều thuốc

không?" Người đó nài nỉ. "Có trời làm chứng, tôi cần một điếu thuốc từ sáng đến giờ giống như người nghèo trong hỏa ngục cần nước đá!"

Tôi cười. Tôi thích cái lối mà anh ta diễn tả - chỉ có người nghèo trong hỏa ngục mới cần nước đá giống như thuốc lá. Tôi luôn luôn giữ những vật linh tinh để dành cho những người tù như Bosshog. Tôi sưu tập tạp chí và tiểu thuyết cũ, mua xà bông, kem đánh răng và thuốc rê loại rẻ tiền. Tôi đã thệ nguyện làm việc này mười lăm năm trước, khi tôi mới đến San Quentin, đã phải dùng bơ của buổi điểm tâm để thoa vào chỗ da khô của tôi vì không có tiền để mua kem Firming Lotion bôi da.

"Tôi có thể tìm cho anh thuốc rê và giấy vấn". Sau nhiều năm có nhiều "hàng xóm" thuộc đủ loại người, tôi có cảm giác rằng anh ta là một trong những thanh niên bị bắt vì đã hút xì ke hoặc vi phạm sự "tha bổng với điều kiện".

Tôi nói thêm: "Nhưng mà anh phải yên tĩnh và không làm phiền sự bình an của mọi người nữa. Anh có hứa với tôi không?"

Anh ta yên lặng một hồi lâu. Đây có nghĩa là Bosshog là người biết giữ lời hứa. Loại người như anh rất hiếm: ít người tù mới đến nào mà biết suy ngẫm dù trong một giây để được một điếu thuốc lá.

Cuối cùng, anh trả lời: "Ờ, được. Anh quả thiệt làm khó tôi, nhưng tôi chấp nhận! Tôi sẽ giữ im lặng, đây là lời hứa."

"Đợi tôi một phút." Tôi bước đến phía sau, lục lọi trong cái thùng ở dưới giường ngủ, lôi ra một hộp thuốc rê, trong đó còn dư khoảng phân nửa. Tôi không muốn cho hết. Có thể là những người tù mới tới khác cũng sẽ dùng đến. Vả lại, Boss ngần ngừ lâu như vậy trước khi đồng ý, chứng tỏ anh ta sẽ phải xin thêm nữa. Phải giữ lại một khúc, cho một khúc thôi.

Tôi nhìn chung quanh để tìm giấy bọc. Tôi có một quyển Being Peace (Giữ Bình An) của Sư ông Nhất Hạnh mà một người bạn gửi cho. Sau đó, tôi lại nhận được thêm một quyển nữa do nhà sách gửi đến. Tôi ngẫm nghĩ đem những trang sách đó bọc thuốc lại, mỗi lần một trang, chắc cũng không sao. Vả lại, biết đâu thầy Nhất Hạnh có duyên với anh ta.

«Ê, Boss, anh có sợi dây đó không?»

«Tôi tìm được một sợi, chắc người tù vừa rồi bỏ lại».

Anh ta vội vàng ném sợi dây đến trước cửa xà lim của tôi. Tôi kéo sợi dây vào, sau khi buộc gói thuốc vào sợi dây, sau đó để Boss kéo nó về.

Anh ta tỏ vẻ vui mừng: "Ê, cảm ơn! Tôi thiệt cảm ơn điếu thuốc này!"

"Không sao. Tôi sẽ gửi thêm cho anh, nghe không?"

Bosshog nói: "Được, tốt lắm!"

Ánh nắng mặt trời xuyên qua cửa sổ đã bắt đầu sáng chói, tôi chẳng còn bao nhiêu thời gian buổi sáng để ngồi thiền, nhưng trong tâm tôi khởi lên một niệm thì thầm là tôi đã làm một việc đơn giản như một sứ giả hòa bình. Boss giữ im lặng và những người tù khác cũng chẳng rầy rà gì việc anh ta vào ở trong khu này.

Những tháng sau, tôi tiếp tục gởi thuốc cho Boss

mỗi ngày, luôn luôn bọc trong những trang sách Being Peace. Boss vẫn còn lãi nhãi một mình nhưng tôi bắt đầu coi anh ta như một người em. Từng trang từng trang, anh ta bắt đầu thích thầy Nhất Hạnh. Thỉnh thoảng, anh ta cũng cố gắng ngồi thiền, như anh ta đã từng thổ lộ: "Tập tọa thiền giống như anh!"

Mười tám tháng sau, Bosshog được thả ra khỏi trại tù San Quentin và khỏi sự lệ thuộc vào thuốc rê và Being Peace của tôi. Trước khi anh rời khỏi tù, anh đứng trước xà lim của tôi và chúng tôi cùng nhau đọc "bài thần chú" của Boss, những câu mà anh ta thường than vãn trước khi sắp "gào thét". Chúng tôi luôn bắt đầu hát với nhau với những chữ: "Này bạn, này bạn!" rồi đến, "Nếu chúng ta hòa bình, nếu chúng ta an lạc, chúng ta sẽ mĩm cười và mọi người trong gia đình, trong toàn thể xã hội sẽ được lợi lạc từ sự hòa bình của chúng ta."

THIỀN TẠI NEW YORK

Yogen Donald Wise

(Hội Elmira Correctional Facility, Elmira NY)

Tôi tên Yogen Donald Wise. Tôi là một người tu thiền, gần đây bị giam giữ tại trại cải tạo tiểu bang New York. Theo tôi, Phật giáo đã giúp cho tôi chuyển đổi tâm tánh. Xuyên qua sự thực tập tọa thiền, tôi có thể thấy được ánh sáng mặt trời trong địa ngục sâu thẳm. Tôi xin cảm tạ những vị tình nguyện dạy thiền trong những nhà tù New York như Thượng Tọa Yoshin Radin, Thượng tọa Kobutsu Malone, sư cô Saman Sodo và E-Kun Liz Potter.

Cuộc hành trình của tôi bắt đầu từ năm 1982 tại Trung tâm Cải tạo Auburn, New York. Lần đầu tiên tôi được biết Phật pháp qua sự giới thiệu của Thượng tọa Yoshin Radin, là vị tuyên úy tình nguyện ở trung tâm. Tôi nghi rằng tôi luôn luôn là người "tâm linh", nhưng tôi không có nghị lực theo đuổi con đường đó một mình.

Qua sự hướng dẫn của Thượng tọa Yoshin tôi tìm được một ánh sáng nội tâm mãnh liệt, đưa đến một niềm hân hoan khó tả. Ở Auburn, tôi không vắng mặt trong bất cứ buổi công phu nào và mỗi ngày đều thực tập tọa thiền trong xà lim của mình. Năm 1985, tôi được hân hạnh quy y Tam bảo và thọ giới, trong buổi lễ tôi được cho pháp danh là Yogen, và tôi đã phát thệ suốt đời theo chân đức Phật. Sau khi thọ giới, cuộc hành trình của tôi bắt đầu mở rộng. Việc này giống như lần đầu tiên nhìn ngắm đóa sen trắng đang nở rộ. Lúc đó, tôi mới bắt đầu nhận thức được năng lực vĩ đại của sự tọa thiền. Đột nhiên, tôi thấu hiểu được ý nghĩa của câu: "Ngay cả những người mới thực tập tọa thiền lần đầu sẽ thấy được nghiệp chướng tiêu trừ..." Chỉ trong một buổi tọa thiền, chúng ta có thể nhìn được con người thật của mình.

Tọa thiền là một việc khó, nhưng trong thời gian dài sẽ đạt được thành quả tốt. Tôi đã được thành quả, sự chuyển đổi quả là một cái phao tâm linh đã cứu vớt đời tôi. Thiền tông và kinh nghiệm bản thân đã đem đến cho tôi một niềm vui "vĩnh hằng" mà chỉ bằng cách tìm chính mình trong sự tĩnh lặng. Bằng sự thực tập, chúng ta hiểu về những gì đang diễn biến trong tâm thức của chúng ta. Mỗi người đều có khả năng tĩnh lặng và chế ngự sự thống trị của bản ngã trong tâm thức chúng ta. Thực tập thiền quán đòi hỏi phải có sự chuyên chú sâu xa, nghĩa là tập trung nhìn rõ chân diện mục của mình, để được trạng thái an lạc hơn trong cuộc sống và có được một cái nhìn bình đẳng phổ quát xem người như chính mình. Đây là triết lý sống của người Phật tử.

Năm 1986, tôi bị di chuyển từ trại tù Auburn đến

một trại tù khác, không có chương trình tọa thiền ở đây. Ở đó, tôi tiếp tục tự mình tu tập. Sau một thời gian ngắn, tôi cảm tưởng như bắt đầu "mất hứng" lạc lõng. Không có tù nhân Phật tử ở đó và lúc bấy giờ, tôi cũng chỉ là một hành giả còn non nớt. Tôi nhận thấy, từ ngày tôi xa thầy và các bạn đạo đến giờ, hình như tôi đang thiếu thốn một nguồn sinh lực cho cuộc sống. Tôi bắt đầu sao lãng việc thực tập, bối rối và không biết phải làm gì cho chính mình. Xuyên qua sự thực tập, chúng ta nhận rõ sự hoạt động của tâm thức. Khi chúng ta không thực tập nữa, tâm thức sẽ quay lại với những tập quán thường nhật của nó.

Trong cuộc sống hàng ngày, tôi bắt đầu có vấn đề, bởi vì tôi đã từ từ không còn "chuyên tâm" mà tôi đã đạt được trong sự thực tập vừa qua. Ba năm sau, tôi bị di chuyển về trại tù Sing Sing. Lúc đó cũng chưa có chương trình tu thiền mà chỉ có một nghệ thuật "thư giản" nói chung. Nhóm thực tập tuy đông nhưng trình độ tâm linh tương đối thấp và chương trình cũng đang trên đà xuống dốc. Tôi tham gia vào trong nhóm và sau khi tham dự vài buổi họp mặt, tôi thấy rõ đây chỉ là những người đang chơi trò chơi tâm lý và phô diễn bản ngã. Vài người trong nhóm muốn có một cái gì tốt hơn, phong phú hơn và có chất liệu hơn. Những người tình nguyện làm cố vấn cho chương trình quyết định rút lui và xếp đặt mời thầy Kobutsu, lúc đó còn là tại gia, đến điều hành chương trình.

Nhóm học viên nói chuyện với Kobutsu về Phật giáo, về sự thực tập và kinh nghiệm bản thân. Thật là tuyệt vời, dưới sự hướng dẫn của một vị Phật tử thuần thành. Tù nhân lo thực tập phần nội tâm, còn Kobutsu và E-Kun thì lo việc liên lạc với bên ngoài. Sau khi Kobutsu đến với chúng tôi được ba tháng, chương trình nghi lễ thiền tông Phật giáo bắt đầu. Lúc ban đầu, chúng tôi không có vật dụng gì, ngoài một tấm vải trắng phủ lên một cái bàn để làm bàn thờ. Kobutsu mua một tượng Phật nhỏ và chúng tôi đi tìm mấy tấm mền cũ xếp lại dùng làm tọa thiền. Chúng tôi bắt đầu với khoảng tám người nhưng đều là những người nhiệt tâm tu tập. Tôi vô cùng vui sướng, rốt cuộc đã có được một chương trình tọa thiền Phật giáo, tôi bèn tháo cái chuông nhỏ trong máy đánh chữ của tôi để làm cái khánh hay chuông tọa thiền.

Lúc đó, chúng tôi nhóm họp trong một căn phòng bề bộn của bệnh viện. Chúng tôi họp mặt lúc 6 giờ rưỡi tối thứ hai, ngồi thiền đến 8 giờ rưỡi. Khoảng sáu tháng sau, nhóm học viên trở nên đông đảo, gian phòng trở nên quá chật chội, chúng tôi bèn yêu cầu được sử dụng một gian phòng lớn hơn dưới hầm nhà thờ. Ở đó, chúng tôi có đủ chỗ thực tập cho hai mươi tù nhân. Mấy tháng sau đó, sự yêu cầu của chúng tôi được đáp ứng. Chúng tôi bắt đầu nhận sự đóng góp để trang trí thiền phòng. Món quà đầu tiên là một bức thư pháp do Hòa Thượng Eido Shimano Roshi, Trụ Trì tu viện Dai Bosatsu Zendo ở Livingson Manor, New York gửi tặng. Kobutsu và E-Kun đều là đệ tử của ngài Eido Roshi và có liên hệ với cộng đồng chùa Dai Busatsu Zendo. Nhiều món quà khác nữa cũng do những hội viên của Phật tử chùa Dai Busatsu gởi tặng.

Sư cô Saman Sodo quyên tiền giúp cho chúng tôi mua bồ đoàn và tọa cụ ngồi thiền. Chúng tôi rất cảm kích đã cất đi những tấm mền cũ và bây giờ được ngồi trên tọa cụ và bồ đoàn rồi. Nhiều người trong nhóm đã phải chịu đựng sự đau nhức khi ngồi bằng mền và nhóm chúng tôi rất ca ngợi công việc khó nhọc của sư cô Saman. Chúng tôi thường xem sư cô như một vị thiên thần từ bi.

Tôi thành tâm cầu nguyện rằng quý sư và những vị tình nguyện đã giúp đỡ chúng tôi tu tập ở Sing Sing sẽ nhận được quả lành từ tấm lòng vị tha và thương yêu của các ngài. Chúng tôi sẽ tinh tấn tu tập để đền đáp công ơn của các ngài. Tôi mong đợi một ngày trở thành một tu sĩ Phật giáo để có thể hoằng pháp phục vụ chúng sanh. Đây là những gì tôi kính ngưỡng và nguyện đem cả cuộc đời để phụng sự cho lý tưởng này.

Chân thành kính lễ tất cả.

ĐẾN VỚI THIỀN

Thomas Haney

Tôi không nhớ là đã từng bao giờ nghĩ tốt về chính mình hoặc là có khi nào mà tôi có cảm tưởng là minh không có vấn đề. Khi còn nhỏ tôi luôn luôn cảm tưởng khác thường. Đến năm tôi mười tuổi, tôi thường có những tư tưởng bạo động và lệch lạc. Từ đó trở đi, tôi thường làm tổn hại người khác và phá hủy đồ vật. Một mặt tôi thích những việc tôi làm. Một mặt tôi lại ghét những gì tôi làm. Tôi bắt đầu nghĩ rằng tôi là hai người khác nhau và bệnh tâm thần. Tôi không biết cách nào chấm dứt những ý tưởng bạo hành và nghĩ rằng tôi sanh ra để làm một người bạo động đáng khinh bỉ.

Tôi đã bị ở tù mười sáu năm. Cũng may, phần lớn thời gian đó, tôi đã bị giam vào một nhà giam đặc biệt có sự trị liệu nội tâm, đồng bạn thảo luận và trong vài năm gần đây, kết hợp với chương trình trợ giúp gồm 12 giai đoạn. Trong việc trợ giúp những tù nhân bịnh hoạn như tôi, trại tù này tương đối đầy đủ tiện nghi và quan tâm tù nhân bịnh hơn những nhà tù khác. Tôi cảm thấy mang ơn đã được giam trong nhà tù này. Tôi nghĩ rằng tất cả nhà tù nên có những chương trình tương tự và thật là hoàn hảo hơn nữa là các bạn nên tham gia tu tập các lớp Phật pháp.

Tại sao học các lớp Phật pháp quan trọng? Tôi nhận thấy rằng lý do chính mà chúng ta tổn thương người khác là vì chúng ta ghét chính mình và cảm thấy trống vắng. Ngày nào mà tôi còn cảm thấy có một lỗ hổng trong tâm không thể lấp đầy, cái cảm tưởng "trống vắng" đó đưa chúng ta đến sự tìm kiếm những gì chúng ta có thể tin tưởng, chẳng hạn "một quyền uy tối thượng"? Thế nhưng, tôi không bao giờ cảm thấy thoải mái với những gì được dạy hồi nhỏ về tôn giáo và Thượng đế. Bởi vì có những việc xảy ra lúc tôi còn nhỏ, tôi không thể nào dung hòa được cái mà tôi thấy như sự "ngụy trang" của nền tôn giáo Tây phương và sự mong muốn tin tưởng vào một "quyền uy tối thượng", đưa đến việc tôi phải tự định nghĩa lại ý nghĩa của Thượng đế.

Tôi đã làm điều này nhưng vẫn chưa đủ. Tôi cảm thấy có những câu hỏi không được giải đáp, hình như còn thiếu thốn một cái gì đó. Tôi tiếp tục sự tìm tòi. Trong giai đoạn này, tôi đã đọc Thánh kinh từ đầu đến cuối; tôi nghiên cứu "Một khóa về Thần thông". Tôi thực hành chương trình Mười hai giai đoạn. Sự tìm tòi đưa tôi đến trường cao đẳng thần học hàm thụ, trong lúc ở tù, tôi lấy được bằng Tiến sĩ Thần học, nghiên cứu về sự nghiện ngập và cố vấn về 12 giai đoạn. Qua nhiều năm, tôi nhận thấy rằng ý niệm về Thượng đế và linh hồn có thể hiện hữu độc lập với những tổ chức tôn giáo truyền thống. Thế nhưng, tôi luôn luôn tránh né các học thuyết Đông phương vì tôi nghĩ rằng chúng quá "huyền bí".

Khoảng hơn bảy năm trước, một trị liệu viên từ Ấn Độ phát khởi sự thích thú của tôi đối với Phật pháp bằng cách đề nghị tôi một lối suy tưởng mới dựa trên sự thực tập. Tôi bắt đầu đọc thêm về Phật pháp. Khoảng bốn năm về trước một trị liệu viên khác bắt đầu một nhóm tu thiền, anh ta dạy tôi tọa thiền và tâm lý học Phật giáo. Anh ta đem đến nhiều sách vở. Tôi để ý vài điều. Thứ nhất tôi cảm thấy thích thú những gì tôi đọc. Thứ hai, tôi hiểu được nội dung và ngay cả những thuật ngữ tiếng Phạn và tiếng Nhật. Điều này chưa hề xảy đến cho tôi khi tôi nghiên cứu về Thánh kinh. Thứ ba, tôi bắt đầu nhận ra là những gì tôi đang đọc, tôi đã suy ngẫm và thực hành. Té ra, tôi đã học từ sự cố vấn bí ẩn cũng rất tương tự với lời dạy của đức Phật.

Theo thiển nghĩ của tôi, có nhiều lý do để tin tưởng những lời Đức Phật dạy. Trong những tôn giáo Tây phương, có nhiều sự huyền bí (phép lạ, ảo giác, những câu chuyện khó tin được đem ra làm chứng cứ) hơn là trong Phật giáo. Đức Phật không biểu diễn phép thuật. Bằng cứ, trong câu chuyện một người mẹ xin đức Phật cứu sống đứa con đã chết. Đức Phật chỉ cho bà ta biết sự cầu mong phép lạ chỉ đưa đến sự khổ đau; thay vào đó, ngài giúp cho bà ta bằng cách chỉ ra rằng sự chết là luật vô thường phổ biến và hiển nhiên, và nhờ vậy, giảm thiểu nỗi đau khổ của bà ta. Một lý do khác để tôi tin Phật pháp là đức Phật không bao giờ tuyên bố rằng ngài là vị thánh mà chỉ là một con người bình thường như chúng ta. Ngài không tự nhận là một vị trời. Khi chết, ngài cũng không trở thành một vị trời. Vả lại, ngài tuyên bố tất cả mọi người ai cũng có thể giác ngộ giống như ngài. Những điều này đều rất quan trọng đối với tôi.

Những gì tôi học được từ những tôn giáo Tây phương là tôi đã là một kẻ hạ cấp, xấu xa và tội lỗi chỉ vì được sanh ra, đơn giản như vậy. Tôi được dạy là tôi phải lệ thuộc vào vị nào đó vĩ đại hơn và có quyền lực hơn tôi, để chấm dứt sự đau khổ của tôi, được cứu rỗi, và sau khi tôi chết tôi sẽ được nhận vào thiên đường. Đối với vài người Ky tô, bởi vì những hành động của tôi (phạm pháp), tôi không bao giờ là "toàn thiện". Tôi bị kết tội phải nhận chịu những sự trừng phạt ghê gớm hay còn tệ hơn nữa, bị đày xuống hỏa ngục đời đời mà không được cứu vớt.

Thay vì nghe rằng một người xấu như tôi, vì đã có những ý tưởng bạo động và tổn thương người khác, thay vì nghe rằng một người như tôi chẳng bao giờ sửa đổi được, tôi lại được nghe là tôi có thể thay đổi, giống như đức Phật, một người bình thường mà ngài đã làm trước kia. Đối với tâm hồn Tây phương của tôi, đây là niềm hy vọng mà tôi tìm kiếm và cần thiết trong cuộc đời này. Mười giới (thập thiện) của Phật giáo cũng tương tự như Mười điều răn, nhưng không có sự hăm dọa hỏa ngục và sự lên án. Hầu hết tôn giáo nói về việc chúng ta phải làm gì trong đời này cho (quả báo) đời sau. Phật giáo nhấn mạnh những gì chúng ta có thể làm để sống cho chính cuộc đời này. Sự tu tập của Phật giáo chỉ cho tôi cách nào để kiểm soát và chặn đứng sự bạo động và lệch lạc của tư tưởng bằng cách trì chú và thực tập thiền định.

Tôi thường đặt câu hỏi có phải đường lối giáo dục Đông phương khiến cho đứa trẻ có được những yếu tố phòng vệ tránh khỏi sự bạo động và thái độ lệch lạc sau khi trưởng thành. Tôi biết rằng nếu tôi hết lòng trì giữ những giới luật và học hỏi truyền thống Phật pháp, sẽ giúp cho tôi giảm thiểu cơ hội "ngựa quen đường cũ."

Thực tập Phật pháp không phải là một hành trình dễ dàng cho tôi. Thời gian (ngồi thiền) dài, đôi khi, còn bị đau nhức. Chẳng hạn, tôi không cách nào ngồi kiết già được mà tôi phải quỳ để tọa thiền. Khi tôi bắt đầu ngồi, chỉ trong vài phút là toàn thân đau nhức. Chỉ ngồi khoảng hai mươi phút, khi đứng dậy cũng cảm thấy khó khăn, mắt cá đau buốt, hai đầu gối cứng đơ, bàn chân và ngón chân như bị vọp bẻ, và đôi khi, hai chân như không còn sức lực. Tôi thực tập, lúc siêng lúc lười, cũng đã nhiều năm, vậy mà vẫn chẳng tiến bộ gì nhiều. Sau đó, tôi phải thực tập thường xuyên và phải hơn một năm, tôi mới ngồi được thoải mái trong ba mươi phút.

Về vấn đề tập trung, các bạn có nhớ một quảng cáo đã hỏi: "Liếm mấy lần thì đến điểm trung tâm của một viên kẹo Tootsie Pop?" Trả lời: "1, 2, cốp!" Trong tọa thiền, nó là: 1, 2 và tôi đã bắt đầu tán loạn. Sự tập trung vẫn còn là khó khăn lớn nhất của tôi khi tôi ngồi một mình. Điều này có thể phải mất nhiều năm tôi mới buông xả được tâm tán loạn.

Trong mười sáu năm ở tù, mười hai năm tôi làm cố vấn cho đồng bạn. Những năm qua, tôi cố gắng làm cho các bạn tù hiểu rằng sự chứng minh duy nhất của sự thay đổi là thay đổi hành vi. Hiện nay, tôi đang cố gắng làm cho bạn tù hiểu rằng tất cả vấn đề đều do chúng ta mà ra – tâm và những ý tưởng phát khởi từ tâm. Tôi bảo họ là một sự thay đổi về tư tưởng sẽ đem đến một sự thay đổi hành vi tốt đẹp hơn.

Mới đây, có một người hỏi tôi rằng "Có bao giờ những ý tưởng bạo hành và sự lệch lạc chấm dứt hay không?" Anh ta thường có những ý tưởng như vậy và thường giận dữ với chính mình. Tôi nói với anh ta: "Bởi vì phần lớn cuộc đời, chúng ta thường có những ý tưởng bạo hành, cho nên đôi khi chúng sẽ phát khởi. Điều quan trọng là đối phó với chúng thế nào? Tôi nghĩ rằng khi chúng ta có ý tưởng này, ắt phải có một lý do. Đây là một tín hiệu. Chúng cho ta biết rằng có cái gì đang xảy đến và chúng ta cần phải xem xét cẩn thận. Nếu chúng ta giận dữ với chính mình thì chúng ta sẽ mất cơ hội tìm hiểu lý do tại sao mà chúng hiện khởi. Nếu chúng ta cứ tiếp tục giận dữ chính mình lâu ngày, tâm thức sẽ thay thế sự giận dữ bằng những gì nó thích: những ý tưởng bạo hành lệch lạc. Chúng ta lại sẽ nổi giận với chúng và cứ như thế, ý tưởng bạo hành, giận dữ, v.v... liên tục không bao giờ dứt. Đây là vòng xích bạo hành và khổ đau của chúng ta. Thay vào đó, chúng ta hãy khám phá lý do mà những vọng tưởng này hiện khởi. Điều này sẽ đưa đến trí tuệ và tình thương, thay vì sự giận dữ đối với chính mình.

Tôi thích trầm tư rằng Phật pháp như sự học tập "hành vi mới" của tôi, để thay thế những hành vi bạo ác cũ. Những gì tôi đang học là làm cách nào thực tập hành vi mới. Tôi đang thưởng thức những "hành vi mới" của tôi và tôi muốn trao nó đến người khác để giúp họ giải tỏa sự khổ đau của chính họ. Thật lâu rồi, tôi chưa hề có cảm tưởng này về bất cứ sự việc nào, nghĩa là muốn chia xẻ với người khác những vật trân quý. Đây là những lý do mà tôi muốn tu tập và xin được quy y, thọ ngũ giới.

Tôi cũng hy vọng rằng những người khác cũng nên tìm hiểu Phật giáo, bởi vì đức Phật không phải là thần, cho nên mọi người cũng không cần phải từ bỏ đức tin sẵn có mà cũng không cần phải xả bỏ những truyền thống Tây phương của mình.

Có những người trong chúng ta đã từng bạo hành, sự giam cầm tự nó sẽ không chấm dứt được vòng xích của sự bạo hành. Chánh quyền không đem được những sự giúp đỡ mà chúng ta đang cần nhất là chấm dứt sự bạo hành. Chúng ta phải làm sao để cải đổi đường lối tư tưởng của mình. Điều này không phải dễ dàng. Những người bạn tù, nam hay nữ, may mắn sẽ được thả ra trong một ngày nào đó và thực sự muốn "cải đổi" chính mình thì sự tu tập Phật pháp sẽ là một lối sống, một lối đi dẫn đến sự an toàn và một cuộc sống tốt đẹp hơn.

Đối với những người bạn tù nào không còn nhìn được thế giới bên ngoài nữa (chung thân hay tử hình), thì tôi xin đề nghị thế này: nhà tù có thể giam giữ thân xác, nhưng họ không thể giam giữ tâm thức của bạn. Đức Phật hứa rằng có phương pháp để chấm dứt sự khổ đau và điều này đúng với phía trong nhà tù cũng như phía ngoài. Phật pháp sẽ giúp chúng ta sống sót mỗi ngày trong tù.

Dịch giả TN Giới Hương và Chư Ni cùng Phật tử thiền hành trước sân Chùa Hương Sen, Perris, CA

BUDDY ED CỦA TÔI

Steven W. Hawkins

Tôi gặp Edward Horsley lần đầu tiên năm 1989, lúc đó tôi mới vừa tốt nghiệp trường luật. Tôi mới đi làm chưa đến một tháng thì thấy mình ngồi trên chuyến phi cơ bay đến miền nam Alabama để biện hộ cho một tù nhân mang án tử hình. Khi tôi lái xe đến nhà tù và tự giới thiệu với nhân viên tiếp tân, tôi không có một ý tưởng nào trong đầu. Những tờ báo địa phương mô tả người mà tôi sắp gặp như là một con thú đáng sợ, kẻ sống bên ngoài nền văn minh của loài người. Tôi biết có một cô gái da trắng mười sáu tuổi bị giết chết bởi hai thanh niên da đen. Cả hai đều bị kết án tử hình và sau nhiều năm chống án, họ đã đi đến cơ hội cuối để chống án trong tòa án liên bang. Tôi được mời biện hộ cho một trong hai người.

Khi Ed bước qua cánh cửa phòng tiếp tân, tôi cảm thấy ngạc nhiên như đã nhìn lầm người. Đứng đó là một thanh niên mà người khác có thể tưởng là anh em sanh đối với tôi: một người đàn ông nhỏ con, thấp người với một gương mặt trẻ trung. Ed đương nhiên không giống với những gì mà những tờ báo địa phương đã mô tả. Chúng tôi ngồi xuống và bắt đầu cuộc nói chuyện, tôi khám phá ra rằng người bạn mới của tôi tỏa ra một cái gì ấm áp và quan tâm. Chúng tôi bàn về cuộc sống, gia đình, hy vọng và mơ ước, trải qua mấy tiếng đồng hồ. Khi buổi nói chuyện chấm dứt mà tôi vẫn có cảm tưởng là mới bắt đầu. Khi ra xe để lái về Mobile, tôi cảm thấy muốn ứa nước mắt, thắc mắc tại sao một người như Ed lại có thể bị kết án tử hình? Sau đó, qua sự dò xét, tôi đã tìm được lời giải.

Ed đã mang án tử hình mười ba năm, vậy mà tôi người luật sư đầu tiên đã nói chuyện với gia đình anh ta. Mẹ anh ta cho biết rằng Ed không bao giờ biết đến cha anh, người đã bị giết dưới bởi chính em trai của mình, lúc đó Ed còn đang ở trong bụng của bà. Sự kiện này khiến cho bà trở nên nghiện rượu, thiếu điều bị sảy thai. Đứa trẻ được sanh nhưng bị bệnh chậm phát triển. Sau khi đi học mẫu giáo chưa bao lâu, Ed bị té từ cửa sổ nhà anh, rớt xuống sân xi măng phía dưới. Khi Ed đang nằm đợi xe cấp cứu thì bị kinh phong. Đến lúc tới nhà thương thì Ed đã bị mê mang cho đến nhiều ngày sau mới tỉnh lại.

Lúc đó, những gia đình da đen sống ở miền nam bị nạn kỳ thị chủng tộc không thể mong đợi nhiều trong sự chữa trị. Bệnh viện chỉ chụp quang tuyến phía trước đầu của Ed một lần, không thấy vết nứt bèn gửi Ed về nhà. Không hề cung cấp một phục vụ "sau khi bị thương" nào.

Ed bị kinh phong cho đến khi anh khoảng hơn hai mươi tuổi và bệnh nhức đầu kinh niên vẫn còn theo đuổi anh ta. Anh ta không có sự thay đổi cá tính nào đáng kể. Trước khi bị té, Ed là một đứa bé hăng hái và hoạt động, thích làm việc độc lập. Sau đó, anh ta trở thành chậm chạp, mệt mỏi và dễ bị người khác dẫn dụ. Anh trở nên nhút nhát và dễ dàng khiếp sợ bởi sự bạo hành xảy ra chung quanh, trong khu chung cư mà gia đình anh ở, cũng như những sự bạo hành xảy ra trong nhà anh. Anh nhìn thấy mẹ mình bị đánh đập bởi người bạn trai tàn ác; anh chứng kiến cảnh những người bạn bị chết trước mặt mình. Để quên bớt những sự hãi hùng, Ed bắt đầu rượu chè, hút sách vào năm 13 tuổi. Năm năm sau, anh trốn ra khỏi một trung tâm thiếu niên do sự thúc giục của một người bạn hồi nhỏ. Cuộc hành trình ngừng lại ở Alabama với một cái chết thảm thương của cô gái 16 tuổi. Tuy Ed không có án tích gì về bạo hành và vì anh quá sợ hãi những người đồng bạn, không dám ngăn cản họ giết hại, thế nhưng, anh cũng vẫn bị kết án tử hình.

Lần cuối, tôi gặp Ed khi mà bức màn được kéo lại và anh bị cột vào trong ghế điện vào tháng 2 năm 1996. Anh ta mỉm cười với từng người một, gật đầu nhè nhẹ, tỏ ý cho mọi người biết rằng anh rất an bình. Khi được hỏi muốn bày tỏ gì lần cuối hay không, anh đã xin được gia đình nạn nhân tha thứ. Kế đến, anh tha thứ những người bắt anh, quay nhìn tất cả những nhân viên chung quanh, nói rằng anh không hề oán hận gì họ. Cuối cùng, anh tha thứ người cai ngục. Gã đó có vẻ cảm động bởi sự đối xử cao thượng của anh. Kế đó, bức màn được kéo lại. Khi nó được mở ra trở lại, mặt của Ed đã được phủ kín. Một công tắc được bật lên và luồng điện 2000 volts đã xẹt qua thân hình anh. Mấy ngón tay anh co giật lẩy bẩy trong không khí và một cuộn khói bắt đầu bốc lên từ chân anh khi da thịt bắt đầu bị cháy khét. Sau một khoảng thời gian tưởng chừng như vô tận, mọi việc đều kết thúc. Và lần nữa, tôi cảm thấy một sự đau đớn cùng cực.

Cái chết của Ed đã đưa đến cho tôi lý do đầu tiên tại sao tôi tha thiết vận động cho sự hủy bỏ án tử hình. Như nhiều thiếu niên da đen lớn lên trong cộng đồng, tôi có thể dễ dàng trở nên nạn nhân của ma túy, tội ác và bạo hành đang phổ biến trong hoàn cảnh mà tôi đang sống. Tôi được cứu thoát khỏi sự sa ngã này bởi sự khuyên răn của một nhóm người da đen. Họ không phải là luật sư hoặc bác sĩ, mục sư hoặc thương gia, mà họ là những tù nhân bị án chung thân tại trại tù Sing Sing ở Ossining, New York. Những người này giúp tôi hiểu rõ những lỗi lầm mà họ đã phạm khi bằng tuổi tôi; họ nung đúc cho tôi một sức mạnh nội tại và can đảm vượt qua mọi chướng ngại trên đường đời. Do ảnh hưởng tốt đẹp của họ đối với sự trưởng thành và phát triển của tôi, tôi đã từ một đứa trẻ hư hỏng, như Ed, kẻ đã trở thành một con số thống kê trong hệ thống pháp luật, để mà, năm mười tám tuổi tôi đã là một trong những học sinh năm thứ nhất ở trường đại học Harvard.

Cái chết của Ed đẩy mạnh nhiều lý do tại sao tôi đối kháng án tử hình và tôi ủng hộ cho thi hành án chung thân không ân xá với những đường lối an bình, thông cảm, tha thứ, hòa hợp và tìm cách sống trong sự dung hòa với người khác.

CÔNG VIỆC CỦA CHÚNG TÔI LÀ KỂ CHUYỆN

Helen Prejean

Thông điệp sâu xa nhất của mọi đức tin tôn giáo là mọi người chúng ta đều là anh chị em (tứ hải giai huynh đệ). Án tử hình nói với chúng ta rằng "ngoại trừ hắn ra, ngoại trừ ả ra."

Nếu chúng ta không giao tiếp với tử tù và thân nhân của nạn nhân, chúng ta sẽ không nghe được tâm sự của họ. Sự thật sẽ giải phóng con người khi họ có cơ hội nghe được nó. Và công tác của chúng ta là nói lên sự thật. Khi chúng ta nghe được những câu chuyện tử tù, người chết cũng bước đi được một bước. Vai trò của cộng đồng tôn giáo là hàn gắn những gì khó hàn gắn: tình thương cho những tử tù và những thân nhân của nạn nhân.

"*Hướng dẫn Thiền cho Tuyên úy trại giam*": là quyển

sách hướng dẫn phương cách thực tập thiền Phật giáo trong nhà tù cho tù nhân và những chuyên gia, tuyên úy hay nhân viên về cải tạo và pháp lý. Thiền là một trong nhiều trường phái của Phật giáo.

Thuật ngữ dùng trong sách thiền này lấy từ các ngôn ngữ Sanskrit, Pali, Hoa và Nhật. Chúng tôi sẽ không giải thích ý nghĩa sâu xa của mỗi từ mà chỉ trình bày những ý nghĩa thông thường của chúng. Hiện nay Phật giáo phát triển mạnh trong các nhà tù Mỹ và khuynh hướng tu thiền này càng ngày càng phổ biến. Chúng tôi tin tưởng rằng quyển sách này sẽ giúp cho tù nhân tự tu tập thiền quán trong khi bị giam cầm và các vị tuyên úy có thể học để hướng dẫn.

Chúng tôi xin được hoan nghênh tiếp nhận những ý kiến và phản ánh từ các vị chuyên gia cải tạo về những kinh nghiệm của họ đối với tù nhân Phật tử. Hội Thiền Dấn Thân (The Engaged Zen Foundation) sẽ rất hoan hỷ cung cấp sự trợ giúp về tâm linh cho các trại cải tạo và tù nhân theo từng trường hợp. Xin liên lạc với chúng tôi:

The Engaged Zen Foundation

Post Office: Box 213

Sedgwick, Maine 04676-0213 USA

Tel: (207) 359-2555

TRẠI TRỊ LIỆU
Cẩm Nang về Nội Lực và Tự Do cho Tù Nhân

(Houses of Healing: A Prisoner's Guide to Inner Power and Freedom)

Robin Casarjian là Thạc Sĩ nghành Tâm Lý Học, Hội trưởng Hội *The Lionheart Foundation*, tác giả của cuốn Houses of Healing: A Prisoner's Guide to Inner Power and Freedom và cộng tác của Power Source: Taking Charge of Your Life.

Trong bức thư ngỏ của hội Lionheart Foundation năm 1993, Robin Casarjian có viết "Nếu tôi có thể làm bất cứ việc gì trên thế giới thì tôi sẽ làm những gì tôi đang làm trong trại tù." Mười năm qua, sự yêu thích và nhiệt tâm của tôi đối với những công tác của Lionheart Foundation càng lúc càng mạnh mẽ hơn bao giờ hết. Quyển *Trại Trị Liệu: Cẩm Nang về Nội Lực và Tự*

Do Cho Tù Nhân đã được ấn hành, bằng tiếng Anh và tiếng Tây Ban Nha và hơn 75000 quyển đã được phân phối cho các trại tù khắp nước Mỹ. Hiện nay, để đáp lại những lời yêu cầu và sự cần thiết, Lionheart đã ấn hành quyển Nguồn Năng Lực: Làm Chủ Cuộc Đời Của Chính Mình, một cuốn sách cho những thanh thiếu niên dễ phạm tội biết làm chủ cuộc đời mình.

Tôi càng trở nên phấn chấn khi tôi hướng dẫn những nhóm tù nhân đã chọn con đường huấn luyện khó khăn để cải thiện tâm tánh. Nhiều tù nhân rất muốn thay đổi. Nhiều người không tìm tòi nhưng nếu họ có cơ hội được hướng dẫn, họ sẵn sàng dùng nhà tù như một sự cảnh tỉnh để học hỏi từ những lỗi lầm đã phạm. Tôi đã từng thấy những thành viên của băng đảng sau khi tham dự khóa học Trại Tri Liệu đã không còn hứng thú với băng đảng nữa. Tôi cũng thấy những người rất dễ bạo động không còn chọn sự bạo động khi đương đầu với thử thách. Tôi cũng thấy những người đã bỏ bê con cái, nay bắt đầu thiết lập những mối quan hệ tình cảm, biết chăm sóc gia đình. Đây là một điều may mắn cho những người hướng dẫn chương trình chuyển hóa tù nhân.

Khóa huấn luyện cơ bản này chủ ý là cho tất cả những người liên quan đến việc cải tạo trong hệ thống nhà tù như: tâm lý gia, chuyên viên xã hội, trị liệu vật lý, sức khoẻ tinh thần, cố vấn về lạm dụng ma túy và cả giới tăng sĩ. Tất cả những chuyên gia sau khi suy nghiệm đã cho biết rằng họ sẽ giới thiệu chương trình này đến cho những người khác.

Chương trình Trại Trị Liệu đương đầu trực tiếp với nguyên nhân của tội ác, bạo hành, nghiện ngập và cung cấp một đường lối thực tiễn cho sự trưởng thành tâm lý trực tiếp cho các nam nữ tù nhân. Chương trình trợ giúp tù nhân bằng cách trình bày các vấn đề như sự đau khổ lúc trẻ thơ, sự bi thương, kiềm soát sự nóng giận, đối diện với hậu quả của tội ác; chương trình cũng cung cấp những phương pháp đối trị sự lo âu, những đường lối thích ứng tự nhiên và liên hệ sâu xa với sự cần thiết của lòng tha thứ cho mình và người khác, bồi dưỡng lòng cảm thông, trưởng thành sự xúc động và tâm linh.

Công tác nhà tù của tôi bắt đầu năm 1988 khi tôi được mời đến để thuyết minh vài lần về chủ đề Tha thứ. Buổi sáng hôm đó, khi tôi lái xe đến nhà tù, tôi phân vân không biết có được mấy người tình nguyện đến tham gia buổi giảng này. Lúc đó, số tù nhân ở MCI-Gardner là 700 người và khi tôi đến giảng đường thì đã có 120 tù nhân đang chờ tôi khai mạc.

Tôi cảm thấy rất cảm động với sự nhiệt thành của họ. Họ có nhiều câu hỏi đầy ý nghĩa, đề nghị những ý kiến sâu sắc và chia sẻ những ước muốn và những kinh nghiệm với tôi và với người khác. Tôi cảm thấy ngạc nhiên bởi số người đông đảo ở lại sau buổi giảng, ước ao được học hỏi.

Tôi đã vô cùng cảm động và phấn chấn bởi sự nhiệt thành hôm đó, tôi biết rằng tôi sẽ tiếp tục hướng dẫn tù nhân về các vấn đề đầy thử thách này như giận dữ, mặc cảm, hối hận, hổ thẹn, tha thứ kẻ khác và cốt tủy của sự chữa lành tâm lý là sự tha thứ chính mình. Tôi quyết chắc là các tù nhân sẽ hăng hái sử dụng thời gian trong trại tù như một cơ hội chữa trị, nếu họ được hướng dẫn và khuyến khích.

Từ ngày hôm đó, tôi đã diễn giảng cho hàng trăm nam nữ tù nhân trong nhà tù và đã hướng dẫn nhiều khóa học dài 7 cho đến 15 kỳ giảng chủ đề "Nhận thức Tâm lý/Chữa trị Tâm lý". Tôi cũng tổ chức khóa học dài một năm có các tù nhân chung thân và dài hạn. Khóa học Nhận thức Tâm lý/Chữa trị Tâm lý đã là một điểm quan trọng cho sự chuyển đổi của nhiều học viên. Như một bạn tù có nói: "Khóa học này cho tôi một cái nhìn mới và một hướng đi mới. Nó rọi ánh sáng vào một thế giới đen tối."

Không phải tất cả mọi người ghi danh cho khóa học đều có chung mục đích là để có được lợi ích. Sau buổi giảng đầu tiên, một người đến trước mặt tôi nói: "Tôi ghi danh vào khóa học của bà để chứng tỏ rằng bà sai" Tôi bảo ông ta cứ tự nhiên kiên nhẫn học. Tôi yêu cầu ông ta đến trong thái độ cởi mở. Trải một thời gian và sau khi khóa học bế mạc, ông ta cảm thấy buồn vì khóa học chấm dứt. Ông nói khóa học giúp ông thích ứng với đời sống trong tù. Ông cảm tưởng tự chủ hơn. Bịnh bạo động của ông giảm bớt. Ông đối với vợ con tử tế hơn, thẳng thắn hơn. Ông ta bắt đầu tìm được sự bình an tâm linh mà ông đã đánh mất bao nhiêu năm nay.

Khóa học hướng dẫn cụ thể cách nào để đương đầu với áp lực, chuyển đổi sự giận dữ và bất mãn đã ăn sâu vào đời sống nhà tù. Lần đầu tiên, nhiều người tham dự tìm được sự an toàn và có hướng đi để bắt đầu nhận thức và chữa trị những vết thương tâm lý đã tạo sự nghiện ngập, bạo hành và hành vi tội ác của họ. Họ có một cơ hội học tập chăm sóc cho chính mình và người khác và cảm thấy tự chủ hơn trong cuộc sống. Nhiều người bắt đầu đi sâu hơn vào đời sống tâm linh.

Từ kết quả của sự nhiệt liệt hưởng ứng những khóa học, tôi đã thiết lập Chương trình Nhà tù Lionheart (hiện nay gọi là Chương Trình Nhận Thức Tâm Lý cho Tù Nhân Toàn Quốc). Mục đích của chương trình này là chia sẻ tinh thần và nội dung của khóa học Nhận thức Tâm lý/Chữa trị Tâm lý, đến càng nhiều các tù nhân càng tốt. Trong những trang dưới đây, tôi cố gắng giữ lấy cốt tủy của khóa học – tôn trọng, can đảm, lối dạy và ý tưởng mới, những bài tập "thực tế", có câu hỏi để học viên tự phản chiếu và soi xét. Mục tiêu của chương trình là phân phối tám cho đến năm mươi quyển sách này, bằng tiếng Anh và tiếng Tây ban nha, miễn phí, cho mỗi nhà tù trong toàn quốc.

Trại Trị Liệu: Cẩm Nang về Nội Lực và Tự Do cho Tù Nhân dành cho bất cứ những ai cảm thấy muốn chuyển hóa. Thật sự, có nhiều tù nhân, cũng giống như nhiều người khác, ít khi, hoặc không bao giờ, thích thú trong việc tu dưỡng nhân cách hoặc trị liệu tâm lý. Nhiều người chưa sẵn sàng. Thế nhưng, sau bảy năm giảng dạy trong các nhà tù, tôi thấy rằng càng lúc càng nhiều người muốn được có sự hướng dẫn và đường hướng giúp cho họ sử dụng thời gian trong tù một cách hữu ích hơn. Nhiều nam nữ tù nhân không tích cực trong việc tìm tòi sự chữa trị tâm lý, nhưng nếu họ có được sự hướng dẫn thích đáng, họ sẽ nắm lấy cơ hội.

Có thể bạn đang tìm cách an ủi sự đau thương và đau khổ của chính mình. Có lẽ bạn chỉ muốn có một sự giải tỏa. Chẳng hạn như Joe, một học viên trong những khóa học này, nói: "Khóa học này đã mở cánh cửa mà tôi mong muốn được đến gần và tự mình mở cửa." Tôi tin tưởng rằng nếu bạn mở những gì bạn tìm được ở đây, nhà tù có thể sẽ là "nơi trị liệu" cho bạn. Và, cũng giống như Joe, bạn sẽ càng ngày càng khám phá ý nghĩa chân thực của năng lực bên trong và sự tự do.

Có thể bạn đã dùng những thời giờ của mình trong việc trị liệu, tìm sự khai phóng tâm lý qua những chương trình như AA (Alcoholic Anonymous), hoặc NA (Narcotics Anonymous); hoặc nơi tuyên úy trong nhà tù, hoặc trong sự tư vấn cá nhân hoặc cố vấn tập thể. Tôi hy vọng quyển sách này sẽ giúp thêm và làm cho các bạn hứng khởi. Tôi cảm thấy rất vinh hạnh bạn đã chọn quyển này để đọc.

Có thể bạn chưa bao giờ đọc những gì tương tự như ở đây. Có lẽ sự buồn chán hoặc tò mò đã làm cho bạn tìm đến với quyển sách này. Nếu bạn chịu khó đọc những trang sách này và tham dự vào những buổi thực tập, tôi nghĩ bạn sẽ khám phá rằng sự tò mò đã đem lại lợi ích cho bạn. Hoan nghênh tham dự vào cuộc hành trình mới.

Tôi biết nhiều tù nhân không chịu tìm sự trợ giúp trị liệu bởi vì họ không có cảm tưởng tốt về chính họ. Troy, một tù nhân trẻ, nói: "Lần đầu tiên khi tôi thấy khóa học này, tôi nghĩ rằng tôi không xứng đáng để cải đổi chính mình. Tôi chưa bao giờ thích những gì tôi đã là và làm thế nào để sống trên đời." Những người ghét bỏ chính mình thường nghĩ rằng họ không đáng sống một đời sống tốt đẹp. Họ nghĩ rằng họ không đáng làm bất cứ chuyện gì. Sự thật, tất cả chúng ta đều đáng được chữa trị và cảm nghĩ tốt đẹp hơn về chính mình. Trong trường hợp bạn nghĩ xấu về chính mình, tôi mong bạn hiểu rằng bạn xứng đáng trong sự nỗ lực cải thiện chính bạn. Bạn xứng đáng có một đời sống tươi đẹp, hy vọng và thương yêu hơn là những gì bạn đang có.

Nếu bạn tránh né việc học hỏi những gì mới lạ bởi vì gặp phải khó khăn hoặc bị trở ngại trong quá khứ, điều quan trọng nên nhớ là sự học không tùy thuộc vào số điểm mà bạn có trong trường học, hoặc sự thành công của bạn trong quá khứ. Nó tùy thuộc vào sự tha thiết học hỏi hiện nay. Bạn có thể học, nếu bạn có đủ kiên nhẫn với chính mình.

Nhiều người không đầu tư năng lực thiện vào chính họ, bởi vì họ có một mặc cảm rất thâm sâu. Họ tin rằng không còn gì đáng để quan tâm, dù họ có làm gì chăng nữa, cục diện cũng sẽ không khá hơn. Như Julio viết: "Tôi luôn cố gắng đi tìm nguyên nhân tại sao tôi đầy mặc cảm tội lỗi, sợ hãi sự thương yêu và tôi muốn biết tại sao những cảm xúc này đem đến cho cuộc đời tôi bị đắm chìm trong nghiện ngập, tù tội và ngăn chặn sự trưởng thành của chính mình. Trước khóa học này, tôi thường nghĩ rằng mình vô dụng, bởi vì tôi luôn luôn trốn tránh trách nhiệm và vì nghiện ngập quá lâu, tôi nghĩ rằng cuộc đời tôi chỉ có vậy. Thế nhưng, hiện nay tôi đã tìm ra phương cách đối trị những cảm xúc đã đem đến phiền não cho tôi. Cuộc đời lại trở nên đáng sống."

Nếu bạn đang bị tù tội, tôi hy vọng rằng quyển sách này sẽ hướng dẫn và khích lệ bạn. Thay vì làm cho tâm hồn chai đá và sầu khổ bởi sự giam cầm, bạn có thể dùng thời gian này để đánh thức con người thật của bạn, đào sâu vào năng lực tâm linh và sự tự trọng mà bạn chưa hề nghe qua hay cảm nhận được. Lúc đó bạn sẽ cảm ơn những gì quá khứ đã dạy bạn mà không cần phải tự đánh giá mình chỉ bằng những hành động quá khứ hoặc tiểu sử cá nhân. Bạn sẽ thấy có sự chọn lựa mới và mạnh tiến, khi biết rằng mình có thể sống một cuộc sống vui vẻ, thỏa mãn hơn. Dù đời sống tù tội khó khăn cách mấy, tôi biết rằng nhà tù có thể được chuyển đổi thành một căn nhà trị liệu cho bạn. Tôi đã nhìn thấy điều này xảy ra nhiều lần. Tôi cũng đã thấy điều này xảy ra cho những người không tưởng tượng nổi rằng cuộc đời họ có thể chuyển đổi.

Ngoài phần hướng dẫn và khích lệ, tôi cũng hy vọng quyển sách này sẽ đánh đổ những thành kiến và định hình về tù nhân. Ở xứ này, những cơ quan thông tin phơi bày – và quần chúng nhận định - phần lớn tù nhân đều giống nhau. Thành kiến đối với tù nhân, cũng như những thành kiến khác, nghĩa là chúng ta xem những người mà ta đã có định kiến là thụ động và không thay đổi. Chúng ta quyết đoán rằng họ là xấu ác, là ngu si, bất thiện, v.v... Rồi cho rằng họ chỉ là như vậy! Khi chúng ta nhìn qua lăng kính kỳ thị, chúng ta không thấy người-đang-chuyển-đổi. Họ đang chuyển vào trạng thái khổ đau hoặc họ đang tiến bộ, học hỏi và trị liệu.

Nếu chúng ta vượt qua sự "võ đoán" và nhìn vào sức mạnh tiến bộ và trị lành của người khác, chúng ta phải bỏ đi những hình ảnh "tiêu cực" và có một tinh thần trách nhiệm trong việc đối xử của chúng ta đối với người khác. Nhìn các tù nhân như những người-đang-chuyển-đổi, chúng ta đối xử với tù nhân một cách nhân đạo và uyển chuyển hơn. Nói thật, những người biết quan tâm, trưởng thành, từ bi nhất mà tôi gặp là những tù nhân bị kết án chung thân và dài hạn. Nhiều người đã từng giết người. Họ đã phạm tội ác nhiều năm về trước và đã dùng thời gian để nghiền ngẫm về hành động của họ, ảnh hưởng hành động của họ, những cảm xúc và những sự hối hận sâu xa. Từ một quá khứ khổ đau, họ đã chuyển đổi cuộc đời để trở thành những người sâu sắc và nhân ái.

Có một nguồn năng lực hướng thiện và sức mạnh sáng tạo trong bạn mà mọi người đang cần bạn cống hiến cho xã hội. Nhưng trước tiên, bạn phải được hướng dẫn, mọi người cần phải được hướng dẫn, vượt qua những phán định sai lầm, tự giới hạn và nhỏ nhen thì khi đó bạn (hay bất cứ ai) có thể nhận thức và chọn lựa những đường hướng hướng thiện, xây dựng và chữa trị.

Tôi tin tưởng rằng nếu bạn kiên nhẫn, cởi mở và can đảm trong những bài tập đầy suy tư và phản tỉnh trong quyển sách này, bạn sẽ khám phá rằng nhà tù có thể và sẽ trở thành "Trại trị liệu" cho bạn. Kinh nghiệm về nội lực và tự do là sự chọn lựa và quyền lợi của chính bạn.

Các Thần Kim Cang Tạng tại Thimpu, Bhutan

THỌ GIỚI TẠI NHÀ TÙ SING SING

E-Kun Liz Potter

Qua cung cách mà Henry đã biểu lộ trong ngày hôm đó, biểu thị cho chúng tôi biết rằng anh ta đã là một Phật tử thuần thành. Qua buổi lễ thọ giới khiến chúng tôi có một cơ hội hiểu rõ hơn về con người Henry, những điều có thể khích lệ chúng tôi trong việc thực tập tâm linh.

Điều tôi muốn nói là trong ngày hôm đó, đối với tôi, điều quan trọng nhất và ấn tượng mạnh mẽ nhất là sự hiện diện và cung cách của Henry.

Ngày 10 tháng 12, 1995, hai tù nhân tại nhà tù Sing Sing đã chánh thức quy y Tam bảo và thọ Ngũ giới. Eddie Artis xin lễ Quy Y và Henry trở thành những tù nhân thứ nhất trong chương trình Dharma Song ở trại tù Sing Sing yêu cầu được thọ giới sau thời gian hai năm huấn luyện. Thọ giới là một nghi lễ mà người thực tập chính thức trở thành một Phật tử thiền tông.

Bạn có bao giờ thấy một người đang là "sáng giá" không? Một người hoàn toàn sáng suốt, sống động nhưng lại hoàn toàn điềm tĩnh đoan trang? Không hề có một chút phân vân, lưỡng lự. Ít khi thấy được một người như vậy. Người đó làm cho bạn sững sờ, làm cho bạn nín thở, giống như có một mũi kim nhọn xuyên qua tim. Hôm đó, Henry cũng giống như vậy.

Những người quen biết Henry biết chắc chắn những sự kiện đang diễn ra trước mắt là từ đâu tới: tất cả những thời giờ mà anh đã thực tập trong hai năm qua, những giờ ngồi thiền mà đôi chân già nua rên xiết vì đau nhức.

Kinh nghiệm trải qua buổi lễ thọ giới của Henry cũng giống như nhìn vào sự chuyển đổi đưa đến do sự chuyên tâm tu tập thiền quán. Henry và Thượng Tọa Kobutsu ngồi đối diện nhau giữa thiền đường. Làn khói quyện lên từ lò trầm hương đặt giữa hai người. Thiền đường đầy chật những Phật tử tù nhân của thiền đường Dharma Song. Vài người trong chúng tôi nhìn cúi xuống như trong lúc tọa thiền, yên lặng lắng nghe và trân trọng.

Giây phút thật thiêng liêng của con cháu thiền sư phát tâm về nguồn!

NHỮNG BỨC THƯ

Daniel

Bản tin thật hay! Tôi đưa các bạn tôi xem, ai cũng thích. "Quan điểm của Utecki" rất xuất sắc! Tôi hy vọng các trại tù liên bang sẽ cứu xét quan điểm đó! Tôi đang dự dịnh có thể sẽ đi Tassajara sau khi ra khỏi tù.

Tôi đang duy trì tốt các hoạt động của lớp học Phật pháp. Theo sự hiểu biết của tôi, phần lớn là tĩnh tọa, đôi khi giảng chút ít từ những cuốn kinh sách khác, chẳng hạn như Tử Thư Tây Tạng của Sogyal Rinpoche. Đã hơn sáu tháng nay, tôi đang cố găng tìm bồ đoàn tọa thiền cho nhóm tu tập. Cuối cùng vợ của ông Tuyên úy đồng ý may giúp cho chúng tôi.

Ồ, bức thư viết hôm qua đến nay chưa xong. Sáng nay tôi ra ngoài tập thể dục. Sau khi tập, tôi được biết bạn tù của tôi, tên là Douglas đã chết trong khi ngủ! Tôi thường hay làm việc với Douglas trong vườn, anh ta là một nghệ công rất giỏi – anh cũng là người khởi phát chương trình làm đồ chơi Noel cho trẻ em và các tù nhân dành thời gian của họ để làm đồ chơi bằng gỗ cho Noel. Douglas rất hiền. Thật là tiếc anh đã ra đi. Trại tù khóa cửa tầng xà lim chỗ anh ta ở, thành thử tôi không vào được. Sau đó, tôi nghe là họ cùm tay thi thể của anh mãi khi đến nhà quàn. Tôi cầu nguyện cho anh được bình an và đầu thai vào cõi lành. Tôi đã thực tập pháp phowa, điều này đem tôi đến với chủ đề mà tôi đang muốn điên cái đầu để lựa chọn– sẽ thực tập phương pháp nào? Phần lớn tôi tu tập theo phương pháp Tây Tạng, từ khi tôi gặp ngài Karmapa vào đầu thập niên 70 nhưng tôi chưa bao giờ học hỏi giống như hiện nay. Hiện giờ tôi bắt đầu thực tập tọa thiền.

Tôi không muốn dài dòng, nhưng hình như tôi đang mất phương hướng! Sự thực tập chính của tôi là tọa thiền. Rất khó mời được giảng sư đến chỗ này! Tôi đã viết gửi nhiều nơi, xin các tuyên úy hay quý thầy cô về tổ chức khóa tu hoặc là chuơng trình Huấn Luyện Shambala. Tôi cũng muốn thọ Tam Quy.

Dạo trước chúng tôi có khoảng mười học viên học Phật, hiện nay có hai người Thái, hai người Nepal và tôi. Kobutsu, dù sao chăng nữa, tôi cũng rất cảm tạ những cao kiến mà anh đã ban phát và tôi cũng rất cảm ơn đã được có tên trong danh sách trao đổi thứ tín (mailing list) của anh.

***

Đạo hữu Daniel thân,

Cảm ơn bức thư của anh. Rất vui nghe anh thích Bản Tin của chúng tôi. Tôi nhận thấy bức thư của anh cởi mở và hữu ích, cho nên muốn đăng vào phần lá thư tòa soạn trong kỳ phát hành Bản tin Mùa thu.

Tôi cảm thấy rất buồn khi nghe tin bạn anh, Douglas đã mất. Xin hãy gửi tôi một tiểu sử ngắn, tên, ngày tháng và nơi mất. Tôi sẽ để vào phần cáo phó cho những người chết trong tù và cho những bạn bè thân thiết bên ngoài hay tin.

Điều anh muốn hỏi "thực tập phương pháp nào" thật là đúng lúc, và đây là những đề tài khó mà tù nhân thường gặp phải. Sự tù tội khiến cho nhiều người, với nhiều lý do, truy tìm sự giải thoát tâm linh.

Hiện nay, mọi người phải đương đầu với sự lựa chọn giữa các trường phái khác biệt. Đây là điều chưa từng có trong lịch sử. Trong quá khứ, do vì sự giới hạn trong phạm vi quốc gia, địa phương, tôn giáo, xã hội hay gia đình mà đưa đến sự lựa chọn một trường phái tu tập. Hiện nay, trong thế kỷ thứ hai mươi mốt, phương tiện truyền thông đại chúng vô cùng phổ biến hiện đại gần như tất cả trường phái đều có thể được chọn lựa.

Có lẽ tốt hơn nếu chúng ta xem xét phương diện "vật chất hoá tâm linh" của quan niệm cho rằng chúng ta có quyền lựa chọn trong mọi vấn đề tâm linh như lựa chọn một cái bánh. Khi nào chúng ta còn bận rộn với việc "lựa chọn", chúng ta không thực tập thật sự, mà là chúng ta đang ngồi bên lề [của sự việc] bận rộn "lựa chọn". Đó là những điều chúng ta có thể làm được. Trên thực tế, trong khi đang bị giam cầm, chúng ta không có nhiều sự lựa chọn một trường phái đặc biệt nào đó, nếu không có những bậc đạo sư hướng dẫn. Dĩ nhiên, chúng ta có thể đọc về nhiều trường phái của Phật giáo và rất cảm kích về những kiến thức mà ta thâu nhận được, thế nhưng, nòng cốt của vấn đề nằm trong sự thực tập, đó là chỉ "Ngồi", và "Yên tĩnh mà thể nhập chân tâm".

Tôi có thể hiểu rõ cảm nghĩ của bạn thích hợp với thiền trong quan điểm đây là một đường lối thực tập mà bạn gặp được, giả như có một nhà sư Cao miên nào xuất hiện và bắt đầu chỉ dạy tại trại giam của bạn, tôi nghĩ bạn lại sẽ bị lôi cuốn vào việc thực tập Phật giáo Cao miên, phải không?

Kobutsu

***

Hội Thiền Dấn Thân kính mến:

Xin chào! Tôi tên là Steve, tôi đã bị kết án mười hai năm, hiện nay tôi đã ở tù được năm năm, trong trại tù ở Colorado.

Tôi đang học tập Phật pháp và đặc biệt là thiền, đã được chín tháng nay. Tuy vẫn còn mới mẽ, nhưng có vẻ hợp lý và đem đến cho tôi một sự an tĩnh mà tôi chưa từng trải qua. Ban đầu, tôi chỉ học tập qua những kinh sách mượn ở thư viện nhưng hiện nay nhờ sự giúp đỡ của các bạn mới quen qua thư tín, tôi đã mở rộng tầm mắt của mình.

Trong khi tôi càng lúc càng mở rộng nhiều kiến thức, nhưng tôi vẫn khao khát tu tập và mong mỏi được thực tập. Nhiều bài trong bản tin [tập san] ấn hành đầu tiên của Hội Thiền Dấn Thân đã gợi cho tôi một ý nghĩ là vào một tu viện để tu tập sau khi tôi được tự do. Tôi thường nghĩ có thể đây là điều cần thiết cho tôi sau này.

Có việc gì cần giúp, tôi sẽ sẵn sàng làm công quả cho hội.

Steve

Đạo hữu Steve thân,

Cảm ơn bạn đã tỏ ý trợ giúp cho Hội. Nếu tập thiền đúng sẽ đưa đến an tĩnh, xin bạn hãy tìm mọi cách nghiên cứu thiền sâu xa hơn. Nhưng nếu bạn quyết tâm "sống thiền" thì bạn phải tự mình khám phá ra là thiền chẳng có lý lẽ gì cả và thực tập thiền cũng chẳng thể gọi là an tĩnh! Ý niệm muốn vào tu viện để tu tập rất đáng được tán thán và cũng rất dễ hiểu, thế nhưng, cần phải có một sự chuẩn bị rất cẩn thận. Người bình thường trên đường phố vào trong tu viện sẽ không chịu nổi quá một tuần. Đời sống tu viện rất nghiêm khắc! Bây giờ tôi đề nghị bạn chú ý một việc là phải thực tập thường xuyên. Thực tập một mình là điều khó khăn, nhưng phải làm sao? Tất cả những gì tôi nói đây chỉ là đề nghị: bỏ xem tivi (làm cho đầu óc bớt tán loạn), bắt đầu thực tập thiền trong xà lim mỗi ngày, hai lần một ngày, mỗi lần 30 phút. Bài hướng dẫn cho tọa thiền rất đơn giản, xem cuốn Gateway số thứ nhất, những căn bản đều ở trong đó. Đây là nguyên tắc:

Ngồi xuống, im lặng, giữ tâm lặng yên như nước

lóng bùn.

Tụng Mười Giới (Thập Thiện) và áp dụng vào cuộc sống. Hãy rộng rãi, đây là điều bạn có thể làm được! Hãy kiên nhẫn, mọi việc đều cần thời gian tính. Hãy cần mẫn, làm việc siêng năng, đừng bỏ cuộc. Làm thiện, tránh ác. Và còn nữa, thỉnh thoảng hãy liên lạc với chúng tôi!

Chúc bạn thành công.

TẬP THIỀN TRONG TÙ

Kobutsu Malone

"Hãy thực tập làm hải đảo tự thân, biết nương tựa nơi chính mình mà đừng nương tựa vào ai khác. Phải thực tập nương tựa vào hải đảo chánh pháp, biết nương tựa nơi chánh pháp chứ đừng nương tựa vào một hải đảo nào khác hay một ai khác".

(Kinh Hải Đảo Tự Thân, số 639, Tạp A Hàm)

Tôi nghe nói mỗi buổi sáng trong thiền viện thỉnh thoảng tụng bài kinh này. Vậy câu kệ trên có ý nghĩa gì?

Thiền Phật giáo là một truyền thống dựa trên lời dạy của đức Phật Thích Ca, từ hai ngàn năm trăm năm về trước. Đức Phật là một con người, sanh làm một hoàng tử trong một vương quốc, hiện nay thuộc về vùng đất Nepal và đông bắc Ấn Độ. Ngài sống trong nhung lụa và sự giàu sang. Ngài có tất cả những gì mình muốn và không phải lo lắng bất cứ chuyện gì. Chung quanh ngài là những nhân vật anh hùng hào kiệt cùng những cung phi mỹ nữ vô cùng diễm lệ. Mặc dù sống trong hoàn cảnh như vậy, ngài vẫn vô cùng quan tâm đến sự vô thường và đau khổ của cuộc sống. Ngài đã bỏ cung điện, từ bỏ ngôi vua và tất cả tài sản để đi tìm cầu chơn lý.

Sau khi từ bỏ tất cả, ngài đi tìm thầy học đạo. Ngài đã tu tập với những vị đạo sĩ và đạt đến trình độ "Vô sở hữu xứ định" và "Phi tưởng phi phi tưởng xứ định" nhưng vẫn chưa đạt đến giác ngộ. Sau đó, ngài tham gia vào nhóm của năm anh em Kiều Trần Như, sáu năm thực tập khổ hạnh như là một phương thức đạt đến sự giác ngộ tâm linh. Một hôm, bị kiệt sức vì đói, ngài quyết định rằng phương pháp tự hành xác không phải là mục đích mà ngài muốn tìm. Lúc đó, ngài chỉ còn da bọc xương, gần như thoi thóp thì có một cô gái đi ngang qua, cúng dường ngài một bát cháo sữa. Ngài thọ nhận sự cúng dường, ăn xong ngài cảm thấy phục hồi sức lực. Ngài nhận ra rằng có con đường trung đạo tránh hai cực đoan (hưởng lạc hay khổ hạnh) sẽ đưa đến sự giác ngộ hoàn toàn.

Ngài từ bỏ phương pháp tu khổ hạnh và từ từ khôi phục lại sức khỏe. Ngài bắt đầu quán sát chính mình bằng cách soi chiếu nội tâm. Ngài ngồi kiết già và chuyên tâm vào thiền định. Ngài nhận xét rằng hơi thở là một sự vận hành thường trực có thể quán xét liên tục. Nhận xét như vậy xong, ngài chuyên chú quán niệm hơi thở của mình. Một buổi sáng, sau khi thiền quán suốt đêm, ngài nhìn lên vòm trời, vào canh ba khi sao mai vừa mọc, trong khoảnh khắc đó, ngài hoát nhiên đại ngộ. Ngài đã chứng ngộ được lý Duyên khởi, bản tâm chân thật của mình.

Thiền quán là một kinh nghiệm giác ngộ của đức Phật. Thật ra, thực tập thiền là sự khám phá Phật tánh vốn có của chúng ta và điều này đưa đến kinh nghiệm chứng ngộ. Thiền là sự tỉnh giác, trực nhận bổn tánh tức là Phật tánh, là sự giác ngộ chơn tâm.

Thiền Phật giáo, không tôn thờ sự chứng ngộ của đức Phật như là thành quả của một cá nhân độc nhất. Giác ngộ là trọng tâm của sự thực tập thiền và thiền có thể thực hiện bởi bất cứ người nào, ngay trong đời này, trong hoàn cảnh cho phép và bằng chính sự nỗ lực của chính mình, hải đảo của tự thân.

Giác ngộ là một sự bừng vỡ tâm thức vượt ngoài phạm vi kinh điển, sự hiểu biết thế gian và sự suy đoán ngôn từ. Như một truyền thống tôn giáo, thiền tông, khác biệt với những truyền thống khác, là không thờ phượng hay cầu nguyện Thượng đế hay bất cứ vị thần ngoại tại nào. Từ quan điểm của Thiền, không có một sự thực nào ngoài những gì đang hiện hữu trước mắt. Không có sự thực nào vượt ngoài bản tâm của chúng ta.

Nền tảng căn bản, cốt tủy không thể tách rời của Thiền là sự thực tập. Tọa thiền được ghép bởi hai chữ: tọa có nghĩa là ngồi, và thiền có nghĩa là sự quán chiếu trong tĩnh lặng. Sự thực tập thiền có thể được mô tả như "chỉ thẳng vào chơn tâm, kiến tánh thành Phật".

Thực tập tọa thiền cho phép chúng ta nhận thức tiến trình của tư tưởng tĩnh lặng và sáng suốt. Sau thời gian tu tập, có kinh nghiệm nội tâm, chúng ta có bổn phận phải hoằng truyền sự giác ngộ này. Phương tiện cho giai đoạn thực tập này gọi là hành Bồ tát đạo. Bồ tát là một chúng sinh "tiến bước trên con đường đạt đến giác ngộ."

Bồ tát là một chúng sanh bổn tánh nhiệt thành và từ bi, thấu rõ sự quan hệ giữa tất cả hữu tình. Trong giai đoạn này mười điều giới của Bồ tát là công cụ sách tấn tinh thần trách nhiệm của mình đối với người khác và cũng là công cụ để tịnh hóa chính mình.

Mười điều giới như sau:

1/ Kính trọng và quan tâm đến tất cả mọi sanh mạng, con nguyện không bạo hành, không sát hại.

2/ Kính trọng tài sản người khác, con nguyện không trộm cướp.

3/ Hiểu biết và sáng suốt trong các mối quan hệ, con nguyện không tà dâm.

4/ Ngay thẳng và đáng tin, con nguyện không nói dối.

5/ Chăm sóc thân thể và tinh thần, con nguyện không tham ăn, không dùng chất kích thích say người.

6/Nhận thức sự im lặng là quý báu, con nguyện không bàn tán chuyện vô ích.

7/ Khiêm nhượng, con nguyện không tự khen mình hay phê bình người khác.

8/ Thỏa mãn với chính mình, con nguyện không ganh ghét đố kỵ.

9/ Giữ cho tâm tỉnh lặng an hòa, con nguyện không sân hận.

10/ Với lòng kính trọng, con nguyện không bao giờ

hủy báng Tam Bảo.

Sự giam cầm, mặc dù cấm chế sự tự do của thân xác, nhưng cũng cung cấp cho chúng ta một ít thì giờ tự do, nếu chúng ta quyết định phát triển tâm linh trong lúc bị giam cầm. Hãy dùng thời gian đó để thực tập tọa thiền. Thiền thực sự có hiệu quả và đưa đến những sự thay đổi sâu xa, khó tin khó dò, trong sự vận hành căn bản của tâm thức. Bước đầu tiên, phấn khởi trong việc dồn năng lực để trở thành "tỉnh thức" trong một hoàn cảnh "hôn mê". Có vài điều căn bản về phương pháp tọa thiền như sau:

1/ Dành một khoảng thời gian mỗi ngày cho sự thực tập. Tập vào lúc yên tĩnh nhất. Sự thật, đây là điều khó khăn khi sống tập thể, nhất là trong xà lim ồn náo, nhưng vẫn có thể tu tập được bởi lẽ Đức Phật dạy: "Tâm bình thế giới bình".

2/ Cuộn mền lại để làm bồ đoàn và nếu cần, thêm một cái mền thứ hai để trải làm tọa cụ phía dưới. Tìm chỗ để ngồi dưới đất, tốt nhất là ngồi đối mặt vào tường. Có nhiều thế ngồi như kiết già là tư thế hay nhất, nhưng không phải ai cũng làm được. Có nhiều thế khác, bao gồm bán già hoặc chỉ gác bàn chân lên đùi. Cũng có thể quỳ, nhưng cần phải đệm dưới đầu gối và mắt cá. Điều quan trọng là dù với tư thế thế nào, đầu gối phải tiếp xúc với mặt đất, ngồi trên bồ đoàn và lưng phải thẳng. Để hai tay lên đùi, bàn tay phải ngữa lên và mu bàn tay trái đặt trên lòng bàn tay phải. Hai đầu ngón cái hơi chạm nhau. Khoảng trống giữa hai ngón tay cái và hai bàn tay tạo thành hình trái soan, giống như thế ngồi của đức Bổn Sư.

3/ Sau khi ngồi vững vàng, bạn bắt đầu sẵn sàng

vào thiền. Đầu tiên, bạn nên giới hạn mỗi thời gian ngồi thiền từ mười đến mười lăm phút. Bắt đầu hít một hơi thở sâu, hít bằng miệng và thở bằng mũi. Làm ba lần. Giữ lưng thẳng giúp cho hơi thở được tự nhiên. Mỗi hơi thở đếm thầm một; hít vô, thở ra, đếm hai; hít vô, thở ra, đếm ba…, cho đến mười. Sau đó lại bắt đầu đếm từ số một.

4/ Ý tưởng, cảm xúc và tình cảm sẽ hiện khởi trong lúc ngồi, quên mất sự thực tập, nên phải tập trung chánh niệm. Khi nhớ thì quay trở về sự đếm hơi thở liền. Tán loạn là điều rất bình thường xảy ra. Điều hay nhất là đừng làm gì hết. Nhưng không làm gì không có nghĩa là tiếp tục hoặc tìm cách tránh né. Chúng ta chỉ cần tỉnh thức là hơi thở đang có mặt và tiếp tục trở lại việc đếm hơi thở của chúng ta.

5/ Thực tập sẽ rất khó khăn. Thiền không phải một sự trốn tránh. Bạn không thể ngồi thiền để trị sự nghiện ngập, thế nhưng thực tập thiền để được tự tại chuyển hóa vọng tưởng, ý tưởng, cảm xúc và tình cảm và từ đó làm chủ những thói xấu của mình. Thói xấu là do tập mà tập là do vọng. Thiền là dẹp vọng. Đây không phải là phương pháp dễ, nhưng cố gắng tập thiền sẽ có hiệu quả. Chắc chắn như vậy.

PHỎNG VẤN NGƯỜI TỬ TÙ JUSAN FRANKIE PARKER

(Jean Crume, ngày 11 tháng 4 năm 1996)

Jean Crume là chủ biên của tờ báo *The Ecumenical Buddhist* của hội *The Ecumenical Buddhist Society*, thành phố Little Rock, tiểu bang Arkansas, đã có cuộc phỏng vấn với người tử tù Jusan như sau:

Jean hỏi: **Như tôi nhớ lại, anh yêu cầu một nhân viên đưa anh một quyển Thánh kinh mà lại nhận được một quyển kinh Pháp Cú. Anh có thể thuật lại câu chuyện và kết quả đã đem lại cho anh những gì?**

Sujan trả lời: Tôi gặp được kinh Pháp Cú vào tháng 12 năm 1988 khi đang ở trong "xà lim biệt giam". Lúc đó, tôi là một tên tù khùng điên, đáng ghét và ác độc. Tôi luôn luôn làm khó dễ mọi người. Nhân viên nhà tù phải bốt tôi vào xà lim riêng biệt. Tôi đã la lối, gào thét, chửi rủa và đòi một quyển Thánh kinh là quyển sách độc nhất được cho phép đọc. Ban ngày họ đem dẹp tấm đệm chỗ khác, thành thử không có việc gì để làm. Tôi thường nện tay xuống sàng nhà để bày tỏ lòng thù ghét của tôi đối với tất cả mọi người đã làm cho tôi như vầy, còn không thì tôi ngồi đọc Thánh kinh. Người gác ngục muốn "chơi" tôi, liệng một quyển kinh Pháp Cú vào mặt tôi, quát lên: "Đây là quyển sách thánh của mày!" Liệng xong, hắn cất tiếng cười và đóng ập cửa lại, làm tôi không kịp quăng trả lại. Tôi la lối, gào thét, một lúc sau, cảm thấy mệt mõi, bèn ngồi xuống sàn và bắt đầu đọc quyển sách "ngoại đạo". Ồ! Đây là một món quà tuyệt vời nhất mà tôi đã từng nhận được. Sau này, có lẽ khoảng một năm sau, tôi đã nghẹn ngào cảm ơn người cai ngục đó đã tặng cho tôi món quà vô giá này. Người gác ngục ngạc nhiên, đương nhiên, nghĩ là tôi mất trí. Từ ngày đó, tôi đã sống một cuộc đời thích ứng với Phật tánh bản lai của mình. "Trong Phật có chúng sanh, trong chúng sanh có Phật." Tôi đã giữ quyển kinh Pháp Cú và cách đây một tháng, tôi tặng nó cho một người bạn và thêm một vị nữa bắt đầu cuộc hành trình tìm chân lý. Quyển kinh Pháp Cú đã đưa tôi khát khao tìm đến những quyển kinh khác và càng lúc tôi càng muốn hiểu về Phật pháp.

Lúc đầu anh thực tập những gì?

Tôi thường ngồi và cố gắng tĩnh tọa dựa trên những lời chỉ dẫn trong quyển "Tất cả Chúng ta đang Tu Tập" (We're All Doing Time), một cuốn sách tâm linh cho tù nhân do Bo Lozoff soạn. Có một người bạn cho tôi địa chỉ của Roshi Robert Aitken ở Haiwaii. Thế là Roshi

Aitken gửi tôi một số sách. Tôi vẫn chưa thể ngồi kiết già và thỉnh thoảng tôi quay trở lại thực tập đếm hơi thở. Sự thực tập của tôi có vẻ hợp với Thiền tông hơn là Mật tông, nhưng tôi thiết nghĩ tất cả đều dẫn đến cùng kết quả như nhau.

Phật pháp đã chuyển hoá anh thế nào?

Hiện nay tôi có một bàn thờ trong xà lim, trên đó thờ một tượng Phật cao 15 phân do cô Anna Cox đã gửi tặng tôi. Tôi trang trí bàn thờ với bông giấy do tôi tự làm lấy và một bức ảnh của ngài Rinpoche Lama Tarchin, người đã truyền Tam quy cho tôi. Hiện nay, tôi xếp một góc tấm đệm để làm bồ đoàn và tôi thực tập tĩnh tọa hai lần một ngày, mỗi lần khoảng 25 đến 40 phút. Bốn giờ sáng là thời gian tốt nhất để ngồi thiền, đó là lúc yên tỉnh nhất trong dãy ngục tử hình này. Năm 1990, tôi quyết định xuống tóc xuất gia như là một sự bày tỏ niềm tin với Đức Phật. Tôi tin rằng điều này giúp tôi gieo nhân duyên sống một cuộc sống thánh thiện theo Phật tánh của minh. Tôi cũng hy vọng rằng những tù nhân thấy tôi hàng ngày sẽ muốn được sống giống như tôi, nghĩa là một Phật tử thuần thành. Một điều tôi đã học được là: Nếu cạo đầu và ở trong tù suốt mùa đông thì khi trời nắng, ra ngoài phải nên đội nón. Nếu không đầu tôi bị phỏng!

Sự tu tập đã ảnh hưởng thế nào đến đời sống của anh trong tù?

Tôi cố gắng sống theo lời dạy của Đức Phật. Qua sự tĩnh tọa, tôi học được tánh kiên nhẫn. Đây là điều giá trị nhất khi bạn sống trong hoàn cảnh tù tội. Hiện nay tôi mĩm cười nhiều hơn. Tôi thưởng thức từng giây phút hiện tại và tôi đã học được một điều quan trọng nhất mà một con người phải học - chết như thế nào để được bình an? Sống bình an và chết bình an. Mỗi đêm khi tôi nhắm mắt ngủ, tôi nghĩ rằng tôi đang chết. Nếu tôi sớm bị hành hình, tôi sẽ chết với nụ cười trên khuôn mặt mệt mõi, già nua xấu xí của tôi. Người hành hình có thể không hiểu, nhưng bạn sẽ hiểu.

Chướng ngại gì lớn nhất trong sự tu tập của bạn?

Ban kiểm duyệt của nhà tù là những người Gia tô cực đoan. Họ ngăn không cho tôi nhận những cuốn sách mà tôi đặt mua. Điều này làm tôi bứt rứt và như bị thử thách. Tôi xem tất cả sự chướng ngại đều là thử thách. Tôi đã thảo luận nhiều lần với họ và luật sư của tôi. Cuối cùng chúng tôi đã đạt đến sự thỏa thuận.

Tôi phải tranh đấu thuyết phục từng bước từng bước với ban quản trại và những nhân viên nhà tù. Tôi phải tranh đấu với gã cai ngục đã nói dối để giam tôi vào xà lim và hủy hoại hồ sơ của tôi. Hắn đã bị cách chức, không còn ở chỗ này nữa. Người cai kế đó đã nói với tôi những câu làm tôi cảm thấy vô cùng hãnh diện. Hắn nói hắn mong tất cả tù nhân đều là Phật tử thì sẽ tốt biết bao nhiêu nếu họ sống giống như tôi.

Anh có thể cho biết chút ít về vai trò của anh trong việc hoằng pháp?

Câu hỏi hay! Tôi từng nghĩ "Ngay sau khi giác ngộ, tôi sẽ đi hoằng pháp!" Nhưng tôi biết ngày đó còn quá xa, vậy tốt hơn là tôi nên làm một cái gì ngay bây giờ.

Mọi người thấy tôi tập thái cực quyền trong sân tù. Họ thấy tôi an lạc với cuộc sống vì lúc nào tôi cũng mỉm cười. Đó là, thưa bạn, thế nào là hoằng truyền giáo pháp của Phật –"Cười lên, vui lên!" Có lần tôi đọc một cuốn sách trong đó đặt một câu hỏi: "Bạn phải hoằng pháp thế nào nếu đối tượng của bạn vừa mù lại vừa ngu?" – Câu trả lời là ôm chầm lấy họ! Sự từ hòa, một vòng tay, một nụ cười và một ánh mắt có thể cảm nhận được. Phật giáo không phải là một tôn giáo hoặc triết học, cũng không phải là tâm lý hay khoa học, Phật giáo là một phương pháp để giải thoát. Tôi cảm nhận được giải thoát và chẳng bao lâu nữa tôi sẽ được giải thoát khỏi thế giới này. Khi tôi thay đổi, mọi việc thay đổi.

Cảm ơn anh đã bỏ thì giờ ra để trả lời những câu hỏi của tôi. Có điều gì anh muốn chia sẻ với các bạn tù đồng tu hay không?

Thưa có! Cảm ơn tất cả đã chấp nhận tôi vào gia đình của các bạn dù các bạn biết tôi là một con người - một sản phẩm tệ nhất của xã hội - vậy mà các bạn cũng tốt bụng đã chấp nhận tôi. Tôi tin rằng tôi không làm các bạn thất vọng nữa. Tôi tin rằng cái chết của tôi sẽ để lại một bài học gì đó cho thế giới này. Tôi đã quy y Phật, Pháp và Tăng. Cảm ơn tất cả các bạn. Các bạn hãy bảo trọng. Sống bằng cách làm gương tốt, tránh xa điều xấu!

Hội "The Ecumenical Buddhist Society" là một tổ chức không vụ lợi, nhóm bạn đạo có trình độ và không thuộc hệ phái nào, mục đích phổ biến lời dạy của Đức Phật. Những đạo sư của các truyền thống Phật giáo đến với hội sẽ được hội hỗ trợ và mời giảng pháp. Nếu bạn muốn nhận thêm thông tin, xin liên lạc EBS Buddhist

Center, Gans Place Carriage House, 1010 West 3rd Street, Little Rock, AR 72201.

Ni Sư Giới Hương và Chư Tăng, Phật tử Miến Điện cầu nguyện tại Đại Tháp Lộc Uyển, Sarnath, Ấn độ, ngày 16 tháng 12 năm 2017

TỬ HÌNH
GIÂY PHÚT CUỐI CÙNG

Kobutsu Malone

Tâm điều khiển tất cả các hành động. Mỗi hành động đều được dẫn dắt bởi tâm, được tạo tác bởi tâm. Nếu chúng ta nói năng hoặc hành động với tâm xấu, quả báo ác sẽ theo sau, giống như bánh xe lăn theo dấu chân con bò.

(*Kinh Pháp Cú*)

Vào ngày 08 tháng 08, 1996, tôi chứng kiến việc tử hình của một người bạn và cũng là một đồng tu, chú (tiểu) Jusan Fudo Sifu Frankie Parker. Đây là lý do tại sao lần xuất bản lần này của Bản tin Gateway Journal bị đình hoãn lâu như vậy.

Tôi biết đến Sifu Frankie Parker vào buổi sáng ngày 24 tháng 03, 1996, qua một bức thư, được in lại trong mục Thư Tín trong tập san này. Khi tôi đọc bức thư của anh lần thứ nhất, tôi cảm thấy, thoạt tiên là một sự nghi ngờ, cuối cùng là kinh dị đến độ tê cứng người lại. Frankie đã viết thư cho chúng tôi hai tháng trước, trước khi anh ta bị đưa ra tử hình. Đây là một sự kiện hoàn toàn mới mẽ trong kinh nghiệm của chúng tôi. Anh ta đã bắn và giết ông bà xuôi gia của mình là James và Sandra Warren, vào ngày 05 tháng 11, năm 1984. Anh ta sắp sửa bị xử hình vì tội ác này, thế nhưng, không biết tại sao, nội dung của bức thư đã gây cho tôi một ấn tượng vô cùng mạnh mẽ. Chúng tôi nhận hàng trăm bức thư mỗi năm từ các tù nhân ở các nơi trong nước Mỹ; chúng tôi cố gắng trả lời theo thứ tự thời gian và gửi một ít sách, hoặc đề nghị một vài ý kiến cho người viết. Frankie sắp sửa bị hành hình, thế nhưng trong thư anh không hỏi xin chúng tôi bất cứ ân huệ gì.

Tôi tạm thời để xấp thư hồi âm của các tù nhân khác qua một bên. Tôi viết thư cho Frankie gấp, anh được biết với tên Sifu. Tôi không biết là anh có chấp nhận hay không? Chúng tôi không muốn xen vào chuyện của anh ta, nhưng tôi muốn cho anh biết rằng chúng tôi quan tâm và sẵn sàng trợ giúp anh nếu anh ta cần đến. Nhiều ngày sau, tôi nhận được một cú điện thoại của Frankie. Anh ta không những không phiền hà mà còn vui mừng được chúng tôi hỗ trợ. Gần cuối câu chuyện, anh nói rằng anh dự định khi tử hình không cần có sự hiện diện của một cố vấn tâm linh nào, nhưng nay được sự hỗ trợ của chúng tôi, anh rất hãnh diện có tôi bên cạnh. Tôi liền đồng ý không chút do dự. Cuộc đời hai chúng tôi thay đổi và gắn chặt nhau từ lúc đó. Có nhiều điều nữa là tôi có thể ghi ra ở đây. Tôi được yêu cầu viết một quyển sách về kinh nghiệm của chúng tôi với Sifu, và trong buổi thảo luận đó, tôi sẽ trình bày về sự ảnh hưởng của một cố vấn tâm linh Phật giáo đối với một tù nhân bị tử hình.

Tháng sau đó, E-Kun và tôi cố gắng vận động quần chúng yêu cầu Thống đốc tiểu bang Arkansas ân xá cho Frankie và đổi án tử hình thành chung thân khổ sai không ân xá. Chúng tôi đã bỏ rất nhiều thì giờ trong việc kêu điện thoại đến nhiều nhân vật lớn trên thế giới, viết rất nhiều thư kêu gọi. Chúng tôi kêu gọi mọi người đóng góp vào quỹ vận động và giúp phương tiện để chúng tôi đến Arkansas. Sự hao tốn của cuộc vận động này thật lớn lao, không chỉ trên phương diện tài chánh mà còn trên phương diện tâm lý bị căng thẳng. Chúng tôi luôn luôn hiểu rõ sự quan trọng của vấn đề, một mạng sống con người đang bị đe dọa. Mỗi đêm trước khi đi ngủ, tôi luôn luôn tự hỏi đã có làm tất cả những gì có thể làm được cho Frankie chưa?

Chúng tôi mua vé phi cơ đi Arkansas và vào thứ sáu, ngày 24 tháng 05, chúng tôi bay đến Little Rock, chuẩn bị đi thăm viếng tù nhân Frankie vài ngày. Tôi cũng dự định để một ngày cuối cùng, 28 tháng 5, một mình với Frankie, để chuẩn bị cho việc tử hình của anh dự định vào lúc 9 giờ tối ngày 29 tháng 5. Khi chúng tôi đến Little Rock thì phát giác rằng ông Thống đốc đã ban lệnh dời ngày tử hình đến 11 tháng 7. Sáng hôm sau E-kun và tôi lái xe đến Tucker Arkansas, địa điểm của trại Tử hình. Chúng tôi lái xuyên qua 30 dặm của vùng đất phẳng lỳ của bình nguyên Missisipi, qua nhiều đồng ruộng trồng gạo mênh mông, bao la khắp tận chân trời. Chúng tôi đến trại vào lúc 11 giờ sáng và được ban an ninh cho phép vào trong. Nhân viên trại Cải tạo Arkansas đối xử với chúng tôi rất kính trọng và lịch sự. Chúng tôi được đón tiếp bởi Tuyên úy, Rev. James Reynolds, một người đàn ông da đen cao lớn, đầy trí tuệ, hài hước và có tấm lòng vàng.

Tôi nhận ra Frankie qua cửa sổ phòng tiếp tân. Đây quả là một giây phút vô cùng quý giá. Sau buổi họp mặt làm quen đầy hứng thú. Tôi bèn làm lễ thọ giới cho anh ta, đặt cho anh pháp danh Jusan (Thọ Sơn), tên này do Hòa Thượng Eido Shimano, Trụ trì chùa tôi đặt cho. Roshi Eido vẽ pháp danh mới của anh ta trên phía sau của cái đãy thọ giới xinh xắn, do bạn thân chúng tôi, sư cô Myojo đan bằng tay để làm món quà thọ giới cho anh.

Lúc đó, thống đốc Tucker bị bồi thẩm đoàn phán hai tội ác tày trời của liên bang vào ngày 28 tháng 5. Chẳng bao lâu, thống đốc Tucker loan báo rằng ông ta sẽ từ nhiệm vào ngày 15 tháng 07. Phó thống đốc là Rev. Mike Huckabee được bổ nhiệm thay thế. Thế là mục tiêu vận động thư tín của chúng tôi bị chuyển đổi. Theo luật lệ của Arkansas, một thống đốc chỉ được phép ân xá cho đến 30 ngày trước khi rời nhiệm sở. Điều này có nghĩa là Thống đốc Tucker có thể ân xá cho đến trước ngày 15 tháng 06. Chúng tôi hy vọng Thống đốc Tucker, hiện nay cũng là một tội phạm và dự định từ nhiệm trong sự nhục nhã, sẽ nhận thức rằng ông ta không còn gì để mất mát thêm trong việc ân xá Jusan. Thế nhưng, mãi cho đến ngày 15 tháng 06 đã qua mà không nghe tin tức hồi đáp gì.

Vào ngày 17 tháng 6, sau khi cố gắng liên lạc nhiều lần với Thống đốc Tucker, hoặc người phụ tá là ông Jack

Gillian, lúc 12 giờ trưa tôi nhận được một cú điện thoại của ông cố vấn luật pháp của Thống đốc, cho biết rằng sau khi họ liên lạc với ban chuyển giao của phó Thống đốc, họ đã dời ngày tử hình Jusan đến ngày 01 tháng 08. Tối hôm đó, tôi nhận được điện thoại của Jusan, đang có vẻ buồn bực về ngày tử hình mới; rõ ràng văn phòng Thống đốc không để ý rằng ngày 01 tháng 08 là ngày sinh nhật của Jusan! Ba má của anh ta đã chứng kiến sự tự vận của hai đứa con, Cathy Parker vào tháng ba năm 1980, và Richard Parker vào tháng 12 năm 1983, và bây giờ họ phải chứng kiến việc chánh phủ tiểu bang tử hình con trai lớn nhất của họ vào ngày sinh nhật của nó.

Vào ngày 29 tháng 06, chúng tôi nghe văn phòng Thống đốc Tucker thông báo là việc tử hình được dời đến ngày 17 tháng 09. Chúng tôi được cho biết lý do chọn ngày đó là để tránh việc tử hình vào mùa hè vào lúc nhiều nhân viên của Sở Cải Tạo đi nghỉ hè. Ngày 17 tháng 09 được xác nhận khi tôi nhận được giấy chứng nhận do Thống đốc Tucker ký, trên đó có dấu triện tiểu bang Arkansas đóng vào. Jusan nghĩ rằng tôi sẽ rất ngạc nhiên khi nhận được tin này. Anh ta nghĩ đúng, thật là xác đáng. Chúng tôi được văn phòng Thống đốc loan báo là ngày đó được quyết định sau khi bàn luận với ban bàn nhiệm của phó thống đốc Huckabee.

Chúng tôi vô cùng ngạc nhiên bởi hành động của các Thống đốc Arkansas. Thống đốc Tucker, có một lúc, khi đang nói chuyện trên điện thoại, đã nói với mẹ của Jusan là ông ta sẽ gặp tôi trước khi tử hình, vậy mà chỉ mấy tiếng đồng hồ sau, phụ tá của ông ta, ông Jack Gillian, gọi tôi cho biết rằng ông Thống đốc từ chối gặp tôi. Ông Gillian nói rằng ông Thống đốc chưa bao giờ tiếp chuyện với cố vấn tâm linh của tù nhân trong quá khứ và không có lý do gì để làm chuyện đó hiện nay. Ban vận động của chúng tôi bèn chuyển hướng sang việc viết thư cho ông phó thống đốc, Rev. Micheal Huckabee. Rev. Huckabee là một mục sư của Tin Lành Miền Nam là người chống phá thai quyết liệt nhưng lại ủng hộ án tử hình (?).

Jusan và tôi gần như nói điện thoại với nhau mỗi ngày và tình bạn của chúng tôi càng lúc càng sâu đậm. Chúng tôi theo dõi tín tức thường xuyên và giữ liên lạc với luật sư của Jusan là ông Jeff Rosenzweig. Ngày 15 tháng 07, tôi gọi Jeff để hỏi xem chánh phủ mới đã nhậm chức chưa? Ông ta cho biết rằng tình hình đang rối loạn vì Thống đốc Tucker loan báo rằng ông ta sẽ không từ chức! Phó Thống đốc Huckabee, được sự hỗ trợ của nghị viện, gửi cho Thống đốc một bản tuyên cáo, đe dọa sẽ tước quyền Thống đốc nếu ông Tucker không từ chức. Tối ngày hôm đó, chúng tôi nghe trên bản tin tức toàn quốc là ông Thống đốc đã nhượng bộ và từ chức. Thống đốc Tucker rõ ràng nghĩ chắc rằng ông có thể bám vào ngôi vị, thành thử đã ảnh hưởng đến quyết định của ông trong việc ân xá Jusan. Trên thực tế, hình như ông Tucker đã điều hành trong thái độ mù mờ bởi vì áp lực từ vụ án, và vào lúc cuối, khi ông bị kết án. Sau đó, một người trong văn phòng của ông cho biết trong những ngày cuối, ông ta rất phiền muộn và tất cả công việc hành chánh là do nhân viên văn phòng ông quản lý.

Một cú "sóc" lớn nhất xảy đến cho chúng tôi vào ngày 22 tháng 07, khi chúng tôi được biết rằng ông

Thống đốc mới, Rev. Huckabee, trong một hành động bất ngờ, đã ra một vụ lịnh đầu tiên khi nhậm chức, là dời ngày tử hình của Jusan đến ngày 08 tháng 08. Hậu quả, với chữ ký của ông ta, đã giảm 6 tuần lễ thọ mạng của Jusan. Chúng tôi bị chấn động. Nghe báo cáo là ông Thống đốc đã gặp gia đình nạn nhân của Frankie. Phát ngôn viên văn phòng Thống đốc là ông Jim Harris tuyên bố: "Thay đổi ngày tử hình là do sự quan tâm đến gia đình nạn nhân. Họ đã đợi nhiều năm và chúng tôi phán định rằng không có lý do gì để trì hoãn."

Chúng tôi đã chuẩn bị bài vở cho số tập san Gateway kỳ này và nhà in dự định sẽ cho lên khuôn ngày 23 tháng 07. Nhân vì có sự đổi thay, thành thử bài vở không còn xác đáng, chúng tôi đã quyết định hủy bỏ việc ấn loát. Chúng tôi cho in trang giữa có bài viết về Jusan xuất gia. Chúng tôi muốn Jusan thấy bài báo của mình trước khi bị tử hình.

Tôi bắt đầu gọi điện thoại đến văn phòng Thống đốc mỗi ngày yêu cầu sự họp mặt giữa Thống đốc, tôi, mẹ Jusan, Janie và em gái của anh ta, Shari. Phụ tá pháp luật của ông Thống đốc là ông Dale "Butch" Reeve, cho chúng tôi biết ông Thống đốc sẽ gặp chúng tôi vào ngày 29 tháng 07. Ngày hôm sau chúng tôi được ông Reeve cho biết ông Thống đốc đã hủy bỏ buổi gặp mặt với chúng tôi để trả đủa việc Jusan đã tham dự một cuộc phỏng vấn trên ra radio. Ông Reeve có vẽ hỗ thẹn vì hành động của cấp trên. Tôi cảm thấy bực tức bởi hành động của ông Thống đốc; ông ta hành động giống như một đứa con nít hư hỏng. Quả thật là điều đáng lo. Ngày hôm sau, Shari, em của Jusan, đọc một bức thư vô cùng cảm động một chương trình radio gửi đến ông Thống đốc khẩn cầu ông ta tha mạng cho anh của cô ta.

Chúng tôi tiếp tục vận động bằng thư từ, fax và email cho đến ngày 01 tháng 08, chúng tôi đi phi cơ đến Arkansas vào ngày 3 tây và sáng ngày 4 tây, tôi và E-Kun đến Tucker để thăm Jusan. E-Kun đem theo một bộ y cũ của tôi tặng Jusan để thọ giới xuất gia trở thành một tu sĩ Thiền tông. Anh ta đã bày tỏ nhiều lần ý định muốn xuất gia trên điện thoại, nhưng tôi không biết là anh có cương quyết hay không? Sáng hôm đó anh hỏi thẳng: "Thầy nghĩ rằng con có thể trở thành nhà sư được chưa?" Anh chỉ còn sống được bốn ngày, với một câu hỏi thành khẩn như thế, tôi không thể từ chối lời thỉnh cầu của anh. Cho nên, hôm đó trong phòng tiếp tân, với sự hiện diện của E-Kun và hai nhân viên an ninh như người chứng minh, tôi đã làm lễ xuống tóc cho anh. Jusan bị còng tay trong suốt buổi lễ; chúng tôi yêu cầu tháo còng ra nhưng họ đã từ chối và cũng không cho chúng tôi chụp hình. Jusan chỉ có thể đắp tấm y một lần, trong buổi lễ xuất gia. Buổi lễ kéo dài hơn thời gian cho phép, nhưng những nhân viên nhà tù đã tử tế cho phép chúng tôi có thêm thời gian để hoàn tất buổi lễ.

Khi chúng tôi ra về, bộ y của Jusan bị tịch thu và được giữ trong phòng của cai ngục với lý do an ninh. Jusan có pháp danh xuất gia là Fudo (Bất Động), tên một vị Bồ tát đã tự cột mình vào một tảng đá trong địa ngục cho đến khi tất cả chúng sanh đều được giải thoát. Tên anh ta bây giờ là chú tiểu Rev. Jusan Fudo Sifu William Parker. Chúng tôi đến thăm Fudo vào ngày 05 tháng 08 tại Tucker. Sáng sớm ngày 6 tây, Jusan Fudo bị di chuyển, với sự hộ tống cẩn mật, đến Cummins Unit ở Varner, Arkansas, địa điểm của phòng tử hình. E-Kun, tôi, bạn bè và gia đình được phép thăm viếng đến ngày 8 tây, sau đó chỉ còn tôi và ông luật sư là được cho phép được gặp mặt Jusan Fudo. Tôi cảm thấy vinh hạnh được ở nguyên ngày với Jusan Fudo, từ 8:40g sáng đến 8:51g tối. Chúng tôi bị luôn luôn bị nhân viên Death Watch có bổn phận ghi chép những sự kiện trong ngày theo dõi.

Jusan Fudo dùng phần lớn thì giờ vào việc viết thư, tiếp chuyện điện thoại từ bạn bè, người thân và các vị thầy. Jusan Fudo đã nói điện thoại với Hòa thượng Eido Shimano Roshi, Hòa thượng Philip Kapleau và Lama Tarchin Rinpoche ở Thụy Sĩ. Lúc 5 giờ 20 chiều, buổi ăn cuối của Jusan Fudo được đem đến. Jusan Fudo điều đình với người chủ ngục cho tôi được ăn chung. Jusan Fudo dùng thì giờ để phân phối tài sản còn lại và viết cho tôi một danh sách các người được thừa hưởng. Tất cả đồ đạc của Jusan Fudo đựng vừa một thùng cạc tông. Chúng tôi tâm sự, cầm tay nhau qua lỗ hổng, chúng tôi đều biết là đã làm tất cả những gì có thể làm được để xin ân xá; không có gì phải hối tiếc. Lúc 7:22g, Jusan Fudo viết một bản tuyên cáo, yêu cầu tôi đọc trong buổi thảo luận báo chí sau khi Jusan Fudo chết. Lúc 8:47g, tôi được loan báo chuẩn bị cho đội "cột-xuống" (thi hành án) đến. Tôi mặc áo hậu, đắp y và mang tọa cụ; kế đó, Jusan Fudo và tôi bắt đầu niệm lớn tiếng: "Quy y Phật, Quy y Pháp, Quy y Tăng…"

Đội "cột-xuống" đến vào lúc 8:50g. Những người đàn ông tràn vào "xà lim im lặng" đều cao lớn, mặc đồ giáp màu đen, đội nón sắt đen có che mặt và giầy cao ống màu đen. Hai người trong bọn mang tấm "bia" thật lớn, phía trên có nạm hai chữ "Cảnh Sát". Chúng tôi tiếp tục niệm "Quy y Phật, Quy y Pháp, Quy y Tăng ..." Jusan Fudo ngồi trong thế tọa thiền sát tường trong của xà lim. Bọn họ đi vào trong xà lim. Hai người đàn ông cầm "bia" đứng hai bên che Jusan Fudo lại, những người khác thì xích chân, quấn dây xích quanh hông, cùm tay và khóa cùm vào dây xích ở phía trước. "Quy y Phật, Quy y Pháp, Quy y Tăng…."

Chúng tôi được dẫn qua một hành lang ngắn. Hai bên những người đàn ông mặc đồng phục đen, đội mũ "tác chiến" và mang giầy ống. Hành lang dài độ 5 thước. Chúng tôi đến trước "bàn thờ". Đó là một thùng cạc tông, phủ bằng một tấm vải, trên đó đặt một tượng Phật nhỏ bằng thau. Chúng tôi tiếp tục niệm. Chúng tôi đứng trước bàn thờ xá một xá. Chúng tôi xá một cách cung kính Tánh Phật Chơn tâm đã hiển hiện trong mỗi chúng sanh. Chúng tôi bước tới thêm bốn bước thì bị cản lại bởi những người chỉ huy. Chúng tôi đã chuẩn bị để có thể xá nhau ba xá và ôm nhau một lần trước khi Jusan Fudo vào "phòng chết". Tôi quay sang nhìn Jusan Fudo, chúng tôi vẫn tiếp tục niệm. Chúng tôi xá ba lần, một cho Phật, một cho Pháp và một cho Tăng. Chúng tôi ngừng niệm. Vài giây kế tiếp là của riêng chúng tôi. Tôi nhìn thẳng vào mặt Jusan Fudo; tôi nhìn thấy hai hàng nước mắt chảy dài xuống cằm. Tôi có thể nhìn thấy từng lỗ chân lông, từng sợi râu dưới cằm đã biến sang màu muối tiêu. Tôi thấy nụ cười Jusan Fudo thật tuyệt vời; tôi cảm nhận được những làn sóng cảm kích mãnh liệt phát ra từ quả tim Fudo. Thời gian ngừng lại… Nơi đây chỉ có hai người bạn, Jusan Fudo và Kobutsu, *nói lời vĩnh biệt nơi cuối con đường.* Không còn ai hiện diện trong giây phút đó, thời gian trải dài đến vô tận… chúng tôi vẫn còn đó, nói lời vĩnh biệt, vĩnh viễn…

Chúng tôi ôm chầm lấy nhau, Jusan Fudo thì thầm vào tai tôi: "Con rất thương Thầy. Con tri ân Thầy rất nhiều." Tôi bước lui một bước và chúng tôi đã xá nhau, trán của hai chúng tôi đụng vào nhau. Đó là sự tiếp xúc lần cuối của hai chúng tôi, tôi cảm thấy giật mình, đó là cái đụng bất ngờ, nhưng cho chúng tôi có một cảm giác thiêng liêng thật khó tả. Đúng 8 giờ 51 phút. Chúng tôi tiếp tục niệm "Quy y Phật, Quy y Pháp, Quy y Tăng…." Mấy người đàn ông bên cạnh dẫn tôi đi ra cửa hông, trong lúc đó Jusan Fudo bị đẩy vào "phòng chết". Khi bước ra ngoài, tôi thấy chiếc xe tang đang đợi, tôi cảm thấy hoàn toàn trống rỗng. Tôi được dẫn vòng phía sau "nhà chết" đến cửa vào của "phòng quan sát" ở phía trên của một vài nấc thang. Sau một vài phút chờ đợi, tôi được cho phép bước vào. Vẫn còn niệm, tôi đứng ở phía trước gian phòng, sát bên cửa sổ lớn và cánh cửa an ninh. Những nhân chứng chánh quyền bước vào phòng và ngồi trên những chiếc ghế bành đẹp đẽ. Có một bức màn xậm màu được kéo phía sau cửa sổ hình chữ nhật nhìn vào trong "phòng chết". Tôi tiếp tục niệm "Quy y Phật, Quy y Pháp, Quy y Tăng…."

Đến 9 giờ 1 phút, tấm màn đột nhiên được mở rộng – tôi cảm thấy bị chấn động mạnh mẽ, khi mà ánh sáng từ "phòng chết" với bức tường màu trắng bệch và những đồ vật trong đó, chiếu sáng tràn ngập gian phòng "quan sát". Phía bên trái của tôi, Jusan Fudo bị cột vào cái giường di động, hai tay bị cột vào hai thanh sắt nâng giường. Đầu Jusan Fudo bị giữ chặt bởi hai tấm sắt dựng đứng và một sợi nịch chặn vào trán. Jusan Fudo nằm bất động, đôi mắt nhắm nghiền. Theo lời của chủ ngục Reed, vật cuối cùng mà Jusan Fudo nhìn thấy là một hình Phật do người hành hình cầm giữ. Ông Reed nói trước khi bức màn được mở ra, ông Reed đưa tấm hình cho Jusan Fudo nhìn, Jusan Fudo nhắm mắt lại, gật đầu cho biết là Jusan Fudo đã nhìn thấy.

Phía sau cái giường là hai trụ chống, mỗi trụ treo một túi dung dịch; những túi này đựng nước biển để duy trì sự tiêm chất IV (chất độc) vào cơ thể. Tôi thấy một ống IV dẫn vào cánh tay phải của Jusan Fudo. Thân Jusan Fudo được phủ bởi một tấm vải trắng, từ chân đến ngực, mục đích để che đi những sợi dây buộc Jusan Fudo vào giường. Sau này, có người nói với chúng tôi rằng họ phủ Jusan Fudo kín hơn những tử tù khác, mục đích đơn giản là họ muốn che đi đãy thọ giới của Jusan Fudo càng nhiều càng tốt. Jusan Fudo được phép mang đãy thọ giới nhưng không được mặc áo xuất gia. Tôi thương lượng với vị viên chức của trại cải tạo, đặc biệt là với bác sĩ Max Moble (một bác sĩ hành sự trong nhóm xử hình!) báo cho họ biết về ý nghĩa tôn giáo quan trọng của đãy thọ giới (rakusu) và cho phép Jusan Fudo ấy mang trong lúc bị hành quyết. Chỉ có sợi dây quàn là ló khỏi tấm vải che. Một bên dây quàn được cài một tấm hình của ngài Đạt Lai La Ma. Đầu của ngài hé lên phía trên của tấm phủ. Jusan Fudo bảo tôi hứa với Jusan Fudo là sau khi Jusan Fudo chết, đem tấm hình đó cùng với một tấm khăn quàng tơ trắng dâng lên ngài Đạt Lai La Ma dùm cho Jusan Fudo.

Ông Larry Norris đứng phía sau Jusan Fudo. Ông ta mặc bộ đồ côm lê xậm màu, đeo ống nghe gắn microphone. Trên tường treo một đồng hồ điện tử, hiện giờ giấc bằng số màu đỏ to sáng chói. Bên phải của Jusan Fudo là tấm kiếng "một chiều", phía sau là hai người hành hình, ngồi riêng biệt nhau. Hai người này sẽ bấm nút để bắt đầu cho một loạt ba loại thuốc độc chạy vào trong mạch máu của một con người đang bị trói trên bàn.

Lúc 9:04g, ông giám đốc loan báo: 'Một mũi thuốc độc đã được tiêm vào lúc 9:01g và nhân viên nghiệm thi đã loan báo rằng tử tù Sifu William Frank Parker đã tắt thở vào lúc 9 giờ 4 phút, ngày 8 tháng 8 năm 1996 và đã thực thi bản án của Tòa án Hình sự của quận Benton tiểu bang Arkansas, bằng cách tiêm thuốc độc. Bản án đã loan báo vào ngày 28 tháng 3 năm 1988 theo lời quyết nghị hợp hiến của bồi thẩm đoàn đã quyết nghị rằng tử tù Sifu William Frank Parker bị kết án về tội giết người."

Cựu tử tù Jusan Fudo Parker Zenji tức Sifu William Frank Parker đã cạo tóc xuất gia (trái) và Thượng Tọa Kobutsu Malone (phải) tại Trại Tử Tù tại Trại tù Tucker-Max Prison, tháng 07, năm 1996. (Người chụp ảnh: Tom McKitterick)

CHUYẾN HÀNH HƯƠNG NGỤC TỬ TÙ

Thượng Tọa Kobutsu Malone
và cô Dakota Rowland

Câu chuyện này bắt đầu với sự tử hình của Jusan Frankie Parker. Jusan thực sự bắt đầu tu tập rất lâu trước khi bị xử tử - sự tinh tấn miên mật suốt tám năm khi mang án tử hình. Nhiều dòng động lực Phật pháp đã bắt nguồn từ con người dị thường này. Anh ta là một hung thủ giết người, nhưng bằng nỗ lực vươn lên của chính mình, anh đã siêu thoát được nghiệp lực và sự áp bức nội tại và qua sự thực tập thiền quán, anh thật bình tĩnh và an lạc khi chờ đợi mũi kim tiêm độc của án tử hình. Từ trong xà lim tối tăm của anh, Jusan đã ảnh hưởng đến nhiều người khác, trong và ngoài thế giới nhà tù.

Sau khi chứng kiến cảnh tử hình của Jusan vào đêm 08 tháng 08, năm 1996, không bao lâu sau, tôi viết nhiều câu chuyện về kinh nghiệm của tôi về anh ta và kinh nghiệm chứng kiến cảnh tử hình trong "phòng chết" ở Arkansas. Tôi cũng đã nói chuyện với nhiều người về những sự việc xảy ra, trong đó có bạn thân tôi là Thượng Tọa Kyogen Carlson, Trụ trì Trung Tâm Thiền Pháp Vũ (The Dharma Rain Zen Center) ở Portland, Oregan. Sau khi nói chuyện với Kyogen và gửi cho thầy ấy copy của những bài tôi viết về Jusan và sự kiện tử hình. Kyogen lúc đó đang có một vị khách là Hòa thượng Shodo Harada Roshi, Trụ Trì của Tu Viện Sogen-Ji ở Okayama, Nhật bổn. Kyogen đã kể chuyện của Jusan cho Hòa thượng Harada Roshi nghe nhân dịp ngài Roshi thăm viếng Dharma Rain Zen Center. Ngài Harada Roshi có vẻ xúc động mạnh về câu chuyện của Jusan và đã kể lại nhiều lần trong các buổi diễn giảng. Sau đó, Hòa thượng Harada Roshi thường liên lạc với tôi trên mối quan hệ "hoằng pháp tại các trại tù" càng ngày càng thắm thiết.

Năm 1999, tôi được Hòa Thượng Harada mời tôi đến chùa Sogen-Ji, Nhật bản, để thuyết trình và tổ chức vài buổi nói chuyện với người Nhật về án tử hình. Để đáp lại sự vinh hạnh này, tôi đã mời Hòa Thượng Harada Roshi đến Mỹ thăm viếng những tù nhân đang chờ án tử hình và làm Hoà thượng đàn đầu truyền giới cho hai đệ tử tù nhân của tôi bị giam ở đó. Hai tù nhân này là Jack Jones và Damiem Echols do cựu tử tù Jusan giới thiệu. Tôi liên hệ thư tín với họ và đã thăm viếng họ nhiều lần trong vài dịp đi viếng các nhà tù bằng xe hơi, lúc mà tài chánh và được sự hỗ trợ rộng rãi của những mạnh thường quân cho phép tôi làm việc đó.

Trong vòng gần sáu tháng, tôi liên lạc với Hòa thượng Harada Roshi và người thông dịch là sư cô

Daichi Priscilla Storandt "Chisan", về vấn đề xếp đặt cuộc viếng thăm, ngài Harada Roshi gọi đó là "cuộc hành hương" trại tử tù Arkansas. Chúng tôi phải xếp đặt với nhân viên nhà tù và rất nhiều chi tiết phải được giải quyết để cuộc viếng thăm có thể thực hiện. Có vô số chướng ngại trong việc này, nhưng chúng tôi cũng đã khắc phục được tất cả và ngài Harada Roshi có thể thăm viếng trại tử tù Arkansas và đặc biệt chưa từng có là được vào thăm nơi "an ninh tối đa" vào ngày 19 tháng 9, năm 2000.

Chuyến Hành Hương

Cô Dakota Rowland, tôi, các đồng bạn cùng đi đến Memphis một ngày trước khi Hòa thượng Harada Roshi từ Nhật bản đến, để chuẩn bị phòng ốc, hầu đón ngài và sư cô Chisan sáng hôm sau.

Chúng tôi đăng ký phòng ở Comfort Inn, Airport Graceland. Đến khi chúng tôi đến đó vào trưa ngày 18 mới phát giác rằng quán trọ của chúng tôi nằm giữa hai quán (bar) vũ khỏa thân với lời quảng cáo: "Xin Quý Ông: đưa xem chìa khóa nhà trọ, sẽ được vào cửa miễn phí." Cô Dakota nói: "Có vẻ như một sự trao đổi tốt." Buổi tối, chúng tôi đi tản bộ, mục đích tìm xe buýt đi xuống trung tâm thành phố Memphis, nào ngờ đi lạc đến khu thương mại "Elvis Presley Boulevard". "Boulevard" là một khu thương mại rẻ tiền, hạ cấp, bao gồm một đoạn xa lộ bảy lằn xe chạy, dọc theo đó là những tiệm bán xe hơi, những quán ăn rẻ tiền, và những tiệm vũ khỏa thân. Tôi chắt lưỡi khi chúng tôi đi ngang qua nhà kho "Elvis Prestley". Không biết "Ông Vua [Presley]" có dùng qua hay chưa?

Graceland là dinh thự của "Ông Vua", là một nơi làm ăn cực kỳ "buồn cười". Đối diện bên kia đường là hai chiếc phi cơ riêng mà Elvis thường dùng, bây giờ trưng bày triển lãm cho công chúng. Góc tây nam của Graceland là một phòng khám bệnh, đã từng là một tiệm bán kem được cải biến lại, với bảng hiệu Dairy Queen vẫn còn hiển hiện trên nóc.

Chúng tôi đi bộ khá lâu tìm chỗ ăn tối và cuối cùng vào một quán pizza nhỏ bán "Pizza ngon nhất Memphis". Chúng tôi kêu pizza và xà lách dưới cái nhìn soi mói của một nhân viên an ninh vũ trang, dáng điệu uy nghiêm. Ông nhân viên nói về sự khó khăn trong quá khứ của các cửa tiệm do người da đen làm chủ hoặc khách hàng đa số da đen. Chúng tôi đặt bánh pizza quá lớn, tuy bánh ngon nhưng không cách nào ăn hết được. Đang lúc ăn, có nhiều khách hàng ra vào, mua thức ăn đem đi (To Go). Sau khi ăn, chúng tôi cảm thấy hơi hỗ thẹn vì còn còn dư một miếng bánh pizza khá lớn trước mặt. Bỗng nhiên, có một cặp vợ chồng da trắng, vô gia cư, dáng dấp bẩn thỉu, từ ngoài chạy vụt qua cửa tiệm ăn. Cả hai ăn mặt lôi thôi, lộ vẻ phiền muộn. Họ liệng quần áo dơ và mấy bọc ni lông bẩn thỉu lên trên bàn ăn bên cạnh.

Hơi kỳ quái khi nhìn thấy hai người dáng dấp bẩn thỉu như vậy, nhưng chúng tôi cũng đã thấy qua nhiều lần giống như vậy. Những cảm giác khó chịu phát sanh từ sự nhận thức rằng chúng tôi cũng đã từng trong cảnh ngộ sắp sửa trở thành vô gia cư như vậy. Chúng tôi được nhắc nhỡ rằng tất cả chúng ta đều thật gần với cái "không" (vô sản). Chỉ những người cực kỳ giàu có và quyền thế mới có ảo tưởng rằng họ được miễn nạn "không gia sản" này thôi. Một cảm giác muốn xa lánh họ vụt khởi trong tâm tôi, mặc dù tôi đã nhiều năm làm việc với nhiều người vô gia cư. Người đàn bà tỏ vẻ rất đói khát gây cho tôi cảm tưởng rằng bà ấy sẽ đến bàn tôi để xin ăn. Quả nhiên, bà ta bước đến bàn chúng tôi và hỏi một cách ngập ngừng rằng chúng tôi có thể cho bà thức ăn hay không? Hai chúng tôi đưa tay với mấy miếng bánh còn dư, ngay lúc đó người đàn bà xốc xếch vội vàng chụp lấy thức ăn trong khi chúng tôi chưa kịp nâng lên. Rõ ràng bà ấy rất vội vàng, lại thêm dáng điệu đòi hỏi, khi bà mở miệng nói, lộ ra mấy cái răng hư hỏng, sứt mẻ. Quần áo bà ta bầu nhầu nhơ nhớp như một tập hợp những món đồ phế thải. Sau khi vơ vét hết thức ăn trên bàn chúng tôi, bà ta vội vàng bê chúng qua bàn bên cạnh, chỗ mà họ vứt bừa bải quần áo và những đồ dơ. Ông bạn đồng hành với bà ta đã biến mất vào nhà vệ sinh.

Cô Dakota cũng đi vào nhà vệ sinh, chỉ còn mình tôi ngồi nhìn hai người đang ăn đồ thừa. Họ ăn ngốn ngáo, làm vung vãi thức ăn đầy ra bàn, họ rắc vào bánh một số lượng lớn Parmasan cheese và ớt khô. Lúc ấy, người quản lý tiệm ăn đi đến sửng sộ việc hai người ngồi ăn trong tiệm. Ông ta đem đến một hộp giấy đến chùi và yêu cầu họ ra khỏi tiệm. Sau khi nói vài câu, ông ta tỏ vẻ bực bội, bèn đi tìm ông nhân viên an ninh, lúc này không biết biến đi đâu mất. Sau cùng, ông quản lý cũng tìm ra ông ấy và đem đến bàn để nói chuyện với hai người kia. Khi ấy cô Dakota trở lại, tôi ra dấu cho cô ấy ngồi xuống với tôi để quan sát sự việc đang xảy ra. Tôi muốn ở lại trong trường hợp cần phải can thiệp hoặc giải thích vấn đề. Chúng tôi là hai người khách độc nhất lúc đó và cặp vợ chồng kia có thể sẽ được đối xử thận trọng hơn với sự có mặt của chúng tôi. Người hầu bàn đến hỏi chúng tôi người đàn bà kia đã đối xử với chúng tôi thế nào? Chúng tôi trình bày những gì đã xảy ra, và nói chúng tôi rất thoải mái trong việc bố thí những thức ăn thừa cho họ. Người hầu bàn cho biết hai người này có thói quen vào nhà hàng và hung hăng đòi hỏi thức ăn của thực khách. Tôi đưa cô ấy một tấm cạc tên tôi cho biết tôi là một "Thượng toạ" (tu sĩ Phật giáo) và giải thích tôi không cách nào từ chối bố thí một người đến xin thức ăn. Cô ấy có vẻ hiểu rõ và bỏ qua vụ đó.

Lúc đó, hai người nghèo đó đã ăn xong, chúng tôi bèn rời khỏi tiệm. Đi dọc theo "Boulevard", cô Dakota nói rằng tình cảnh của hai người đó chỉ là một góc nhỏ của một hình ảnh lớn về chủ nghĩa vật chất và sự áp bức nội tâm đã thẩm thấu vào xã hội và khuếch xung trong tinh tủy của văn hóa nhà tù. Những người nghèo đó, biểu hiện sự mất quân bình trong kinh tế gia đình. Cô nói rằng giả như xã hội cố gắng giúp đỡ chăm sóc và hỗ trợ cộng đồng kỹ hơn, chặt chẽ hơn thì sẽ tránh được cảnh nghèo đói, bẩn thỉu và đáng thương tâm này. Thật không biết phải làm thế nào để kiến tạo một xã hội mà trong đó có thể được trị lành những sự tổn hại lớn lao và xoa dịu nỗi khổ đau đã đưa người dân đến tình trạng như thế này? Chúng tôi đi trở về khách sạn. Tôi cảm thấy bức rức có lẽ vì đã giúp họ chưa tròn. Cô Dakota cằn nhằn tại sao không cho họ một ít tiền. Tôi nói rằng ít nhất chúng ta đã cho họ thức ăn mà họ ăn rất ngon lành. Dù sao chúng ta đã làm một nghĩa cử đẹp rồi.

Dọc đường, chúng tôi ghé vào một quán nhỏ để mua

cà phê và nước chai. Khi chúng tôi vừa đến cửa tiệm, một người cảnh sát vừa lái xe ra khỏi bãi đậu, anh ta mới vừa tra hỏi một cô gái da trắng trẻ làm nghề mãi dâm. Trong tiệm, cô ta thơ thẩn phía trước một bản hiệu quảng cáo Coke mặt mày có vẻ lo âu, khi chúng tôi vào lấy cà phê, pha chế "tại chỗ" bởi người đàn bà da đen vui vẽ đang đứng bán. Bà ta vội vã nhưng tươi cười và kiên nhẫn trong việc giúp đỡ khách hàng. Khi chúng tôi trả tiền, bà ta đang nói chuyện với cô gái ăn sương, kêu cô ta "Racquel" và hỏi xem cô ta thế nào. Rõ ràng, Racquel đến tiệm này thường xuyên và người bán hàng quan tâm đến cô ta, trong tinh thần "chị em", đoàn kết trong quan điểm nhìn tất cả mọi chúng sinh bị áp bức hay khổ sở như người thân thuộc.

Chúng tôi tiếp tục trên đường về khách sạn, đi ngang qua một tiệm nhảy khoả thân tên "Babies" (Em bé - tên nói lên tất cả) và thấy một đám đàn ông đang đứng lãng vãng ở phía trước. Cô Dakota nhận định rằng "sự buôn bán tính dục" đã làm ô nhục cả đàn ông lẫn đàn bà và gây bi thảm cho xã hội. Xã hội này đã mặc nhiên tha thứ việc bóc lột và ô nhục đó. Tôi nghĩ đến cái văn hóa hỗ trợ đàn ông, người bóc lột trở thành nạn nhân của sự bóc lột của chính mình giống như "bánh xe đi theo dấu chân con bò kéo xe" (Kinh Pháp Cú I, kệ 1) (mua dâm tạo nghiệp xấu cho mình).

Sáng hôm sau, tôi dậy sớm và đi bộ xuống tiệm để mua cà phê và nước trái cây, để bắt đầu cuộc hành hương đến trại tử tù với Hòa Thượng Harada Roshi mà chúng tôi đã chờ đợi quá lâu. Người bán hàng tối qua không còn ở đó và trong tiệm bầu không khí đã đổi khác, phần lớn là khách đến mua cà phê trên dường đi đến sở làm. Khi ra khỏi bãi đậu xe, tôi thấy một cô gái trẻ đang đi đến. Cô ta tóc vàng, mặc một chiếc áo ngắn hở rốn, một cái quần đen bó sát cột dây lưng. Cô nở một nụ cười tươi tắn, có vẻ mời mọc, rất là khêu gợi. Tôi trả lời bằng một câu "chào cô" rất ngọt ngào. Tôi biết cô ta là gái ăn sương. Nếu để ý một thời gian, bạn sẽ biết món hàng. Cô ta quả thật hấp dẫn, và tôi, theo bản năng, sau đó quay lại nhìn một cái, và thấy cô ta cũng làm y như tôi. Thốt nhiên, tôi nhận thức rằng tôi đã phản ứng theo bản năng tự nhiên của một người đàn ông. Tôi tiếp tục bước đi, nhưng hơi cảm thấy hỗ thẹn với hành động vừa qua của mình. Tôi nói với cô Dakota về chuyện đó, cô ấy hỏi tôi có nói chuyện với ả hay không và nói rằng ít khi một cô gái ăn sương nói chuyện với một người đàn ông không phải là mối [làm ăn mua dâm]. Tôi nghĩ tôi đã mất một cơ hội hóa độ cô ấy. Dù sao, tôi đang có một sứ mạng - uống cà phê, đây là điều quan trọng bắt đầu một ngày mà chúng tôi đã chuẩn bị và tốn nhiều mồ hôi để đến đây.

Chuyến bay của Hòa thượng Shodo Harada Roshi dự định sẽ hạ cánh tại phi trường Memphis vào lúc 11 giờ 45 sáng và chúng tôi vội vã mướn xe để đi một đoạn đường dài 156 dặm đến Tucker, Arkansas. Nơi này đã từng là một nông trại cho nô lệ, hiện nay là trại tù Tucker-Maximum của Cơ quan Cải tạo tiểu bang Arkansas. Chúng tôi đã chuẩn bị chu đáo cho chuyến đi. Tôi đem theo một bộ "thiền du lịch" là một hộp màu đen, bên trong đựng một tượng Phật, một khánh, một tấm bảng gõ thế mõ, khăn trải bàn thờ, lư hương được đậy bởi một cái nắp nhựa do tôi tự làm lấy, buộc vào nhau bằng một sợi thung, nhang, trầm và những pháp cụ linh tinh khác được dùng trong nghi lễ. Chúng tôi uống cà phê và chuẩn bị đồ đạc sẵn sàng. Cô Dakota không phải Phật tử mà là một người hoạt động cải cách Xã hội, có một cái nhìn rất sâu sắc, còn tôi là một thiền sư Lâm tế người Mỹ gốc Ái nhĩ lan, có một quá khứ không tốt. Chúng tôi đều cạn túi, thành thử không đủ tiền mướn xe khi đến Memphis, cho nên phải lấy xe "shuttle" ra phi trường, hy vọng mấy người bạn Nhật bổn sẽ phụ trách việc mướn xe đi Arkansas.

Tôi rất ghét những trạm kiểm soát an ninh nơi phi trường, trong quá khứ tôi đã nhiều lần gặp vấn đề. Đôi khi những nhân viên điều khiển những máy x-ray được chỉ thị: một người đàn ông mặc áo "tràng" tôn giáo được "nhắm đến" như là một người phải được xem xét cẩn thận. Vào những nhà tù với lư hương, đôi khi cũng là một vấn đề - thấy một bình sứ chứa bột trắng nhuyễn đi vào nhà tù "an ninh cao độ", đã gây một ấn tượng "mạnh" trong đầu những nhân viên an ninh.

Chúng tôi đến phi trường sớm hơn hai mươi phút. Tôi cảm thấy bồn chồn và cô Dakota cảm nhận được điều đó. Cô ta an ủi tôi, nói: "Hãy cứ bình thản, mọi việc sẽ tốt đẹp". Tôi chưa bao giờ gặp Hòa thượng Harada Roshi; đây là lần đầu tiên gặp mặt. Tôi không có liên lạc nhiều với các thiền sư Lâm tế, ngoài những vị khách của Hoà thượng Eido Shimano Roshi thỉnh thoảng đến viếng thiền đường Dai Bosatsu. Nhưng những lần gặp gỡ đó khác, tôi chưa bao giờ làm người tiếp khách. Thực sự, tôi biết rất ít về Hòa thượng Harada Roshi, chỉ biết qua sự mô tả sơ lược bởi vài thiền sư người Mỹ đã từng học với ngài. Phần lớn đều nói với tôi rằng Harada Roshi là một vị thiền sư cao tăng thạc đức, thầy của các vị thầy. Tôi có đọc một tiểu sử ngắn của ngài trên internet và thấy được một bức hình lờ mờ của ngài, khi ấy không gây cho tôi một ấn tượng gì mạnh mẽ.

Harada Roshi là một thiền sư dòng Lâm Tế, là người đại diện cho thầy tôi - Hòa Thượng Bổn Sư Eido Shimano cũng thuộc cùng dòng. Tôi biết chắc Hòa thượng Eido Roshi trong tương lai sẽ nghe được việc gặp gỡ giữa tôi và Hòa thượng Harado Roshi. Trong nhiều năm, Hòa Thượng Eido Shimano Roshi đã ngần ngại trong việc truyền giới cho tôi. Khi nhân duyên đã đến, cần phải làm lễ truyền giới, chúng tôi đã nói chuyện với nhau và ngài đã cho tôi biết những cảm nghĩ của ngài về tôi. Mặc dù ngài có nhiều sự lo âu nhưng cũng đã giữ lời hứa và đã truyền giới Tỳ kheo cho tôi, chứng tỏ sự tin tưởng của ngài sau khi ở bên cạnh nhau mười sáu năm. Ngài đã cho tôi một bài học cuối bằng cách viết ba chữ Hán vào phía sau cái đãy thọ giới của tôi, mà sau này một nhà sư Trung quốc dịch cho tôi nghe là "Nhìn bước chân!"

Phi cơ của Hòa Thượng Roshi đến sớm mấy phút và tôi đợi tại cổng để đón ngài. Cô Dakota có một máy chụp ảnh nhỏ sẵn sàng chụp mấy tấm hình lưu niệm buổi gặp gỡ. Một số hành khách đi ngang qua cổng và cuối cùng là đến Hòa thượng Harada Roshi. Tất cả sự lo sợ trước kia của tôi đều tan biến khi nhìn thấy ngài. Tôi cảm thấy như được bao trùm bởi một sự ấm áp và cung kính, bèn chắp tay xá dài khi ngài đến gần. Tôi cảm thấy kinh ngạc với dáng dấp nhỏ bé của ngài, trong khi đã tôi mường tượng hình ảnh một người to lớn. Chắc chắn là do sự tưởng tượng của tôi dựa trên danh tiếng của ngài. Sau khi xá xong, tôi nhìn thẳng, thấy ngài đang nở nụ cười rất sâu sắc và tôi cảm nhận được một sự ấm áp lạ thường tỏa ra từ ngài. Ngài bắt tay tôi - kiểu Mỹ - nói "Hello" và nói ngài rất vui mừng khi gặp được tôi. Tôi cảm nhận nhanh liền, hình như có một nghiệp duyên sâu dày với ngài, đây là điều mà tôi cảm nhận chỉ có hai lần, một lần với Hòa thượng Chogyam Trungpa và sau này với Hòa Thượng Bổn Sư Eido Shimano Roshi. Hai vị này đều là thầy của tôi, cho nên tôi phân vân không biết lần gặp gỡ này với ngài Harada Roshi thế nào?

Ngay phía sau ngài là sư cô Daichi Priscilla Kay Storandt "Chisan", vị nữ thiền sư, đóng vai thông dịch viên và là người mà tôi đã liên lạc nhiều lần. Sư cô Chisan mặt mày rạng rỡ và tôi cũng cảm nhận ngay sự ấm áp và an lạc như khi nhìn thấy Hòa thượng Roshi. Sau những thủ tục chào hỏi, tôi cũng rất hân hạnh khi giới thiệu cô Dakota với Hòa thượng Roshi và sư cô Chisan, là những thiền sư Lâm tế đầu tiên, ngoài tôi ra, mà cô ta được gặp mặt. Chúng tôi đều mỉm cười và cảm thấy vui sướng được đi hành hương cùng với nhau và sửa soạn đi đến– nhà tử tù Arkansas.

Chúng tôi bị chậm trễ ở phi trường một khoảng thời gian ngắn vì hành lý của Hòa thượng Roshi bị lạc ở Los Angeles khi mà họ đổi phi cơ. Hòa thượng Roshi và sư cô Chisan, sau một buổi lễ ở Seattle, đã đáp phi cơ bay qua Memphis.

Sau khoảng một tiếng, chúng tôi đã mướn được một chiếc mini-van, chất hết hành lý lên xe và bắt đầu cuộc hành trình ra khỏi Memphis. Tôi có đem theo một dụng cụ rà ra đa để sử dụng khi lái xe, nhưng chấu điện trên xe mướn lại bị hỏng, thành thử tôi biết mình phải lái cẩn thận trên đường I-40 xuyên qua Arkansas. Chúng tôi đang có một chương trình rất bận rộn và phải lái xe ba tiếng rưỡi đồng hồ. Nhiều năm qua, tôi đã lái trên hệ thống xa lộ liên bang, khoảng hơn một triệu dặm (Anh), tôi biết chắc nếu lái với vận tốc khoảng 90 đến 100 dặm một giờ, tôi có thể giảm thời gian lái xe còn độ hai tiếng rưỡi, trừ phi đừng bị bị cảnh sát chặn lại (vì lái quá tốc độ).

Memphis nằm trên sông Mississippi và chúng tôi được thưởng thức quang cảnh bao la của dòng sông khi chúng tôi lái qua cầu treo, trên xa lộ I-40. Ngài Roshi nói ngài chưa bao giờ thấy sông Mississippi và chưa bao giờ đến miền nam nước Mỹ, chỉ đến miền đông bắc và tây bắc. Sau khi rời khỏi Memphis, thành phố đầu tiên chúng đi ngang qua ở Arkansas là West Memphis, đây là địa điểm của một vụ thảm sát ba đứa trẻ tám tuổi vào ngày 5 tháng 5, 1993. Vụ án mạng xảy ra trong một khu rừng phân đôi bởi một khe nước cạn, cách I-40 chừng độ vài thước. Khi chúng tôi đến gần khu vực tên là rừng "Robin Hoods Hills", tôi chỉ cho những người khách biết. Tôi đã gửi hai đoạn phim tài liệu: Paradise Lost và Relevations: Paradise Lost Revisited, đến ngài Roshi mấy tháng trước.

Một trong những người chúng tôi thăm ở trại tử tù hôm nay là Damien Echols, bị kết án là đầu đảng của hai thiếu niên trong vụ án mạng này. Damien đã bị kết án tử hình trong phiên tòa được ghi tại trong Paradise Lost. Tài liệu về vụ án này đã đem đến nhiều nghi vấn về sự phạm tội của "phạm nhân" và sự công bình của vụ án. Kết quả, đoạn phim đã gây ảnh hưởng, nhiều nhóm ủng hộ đã đặt nghi vấn về vụ án và ba thiếu niên bị kết án. Tôi tiếp tục chăm chú vào việc lái xe, bởi vì càng đến nơi sớm, càng có nhiều thì giờ với Damien và Jack Jones, một người đệ tử khác của tôi cũng đang bị mang án tử hình.

Chúng tôi ngừng tại một cây xăng để nghỉ mệt và mua vài món ăn vặt, nước uống. Nhiều người nhìn chúng tôi bằng những cặp mắt quái lạ. Tôi đã kinh nghiệm nhiều lần về vụ này khi đi qua miền nam, khi tôi mặc y phục người xuất gia. Thế nhưng, lần này có đến ba người xuất gia, thành thử cũng cảm thấy dễ chịu hơn. Ngài Harada Roshi muốn mua một bản đồ Arkansas để đem về Nhật (làm kỷ niệm).

Đoạn đường rút ngắn rất nhanh chóng vì tôi đang lái với tốc độ 100 dặm một giờ và chúng tôi cảm thấy thoải mái trong chiếc mini-van mới, hoàn toàn khác hẳn với sự di chuyển mọi khi của tôi, một chiếc Volvo 15 tuổi, không có số 4 và không có máy lạnh. Chúng tôi ra khỏi xa lộ liên bang và lấy đường 15 đi về hướng nam đến Tucker. Dọc đường chúng tôi thấy những cánh đồng trồng bông vải và đậu nành trải dài khắp chân trời. Đây là mùa gặt bông vải trên những cánh đồng khô. Những cây bông vải đứng theo hàng lối, giống như những bộ xương khô, phô bày những bông vải trắng cứng đơ. Thỉnh thoảng chúng tôi thấy những cuộn bông vải khổng lồ được đặt bên cạnh xa lộ, đợi những chiếc xe vận tải chuyên chở bông vải qua rồi. Chúng tôi nói với Hòa thượng Roshi về những việc trong quá khứ, cách đây không lâu, những cánh đồng này đã được chăm sóc bằng mồ hôi và sức lao động của những người Phi châu bị bắt giữ làm nô lệ. Phần lớn đất đai là của người da trắng làm chủ, nhưng được cầy cấy và chăm sóc bởi sức lao động của những người nô lệ da đen.

Đến Trại Tù Tucker Maximum

Chúng tôi lái xe vào trong bãi đậu xe của trung tâm Tucker Max và lấy ra tất cả giấy tờ cần thiết để đem vào. Cô Dakota chụp một vài tấm hình bằng một trong hai máy chụp hình mà chúng tôi mang theo trong trường hợp họ cho phép mang máy hình vào trong. Tôi biết rõ là chúng tôi có thể vi phạm một vài quy lệ của trung tâm nhưng không ai để ý. Chúng tôi đã bị từ chối không được dẫn theo một nhiếp ảnh gia nhà nghề, nhưng không biết rõ chúng tôi có được phép tự mang máy ảnh vào hay không?

Chúng tôi được Tuyên úy Norman McFall của trung tâm tiếp đón tại nhà tiếp tân. Tuyên uý McFall mới vừa nhậm chức tại đây. Sư cô Chisan và tôi đã gửi nhiều email liên lạc với Tuyên úy và tôi cũng đã gửi vài bức thư trình bày chi tiết về buổi lễ mà chúng tôi sẽ hướng dẫn. Tôi cũng gửi cho ông ta một danh sách các pháp cụ mang theo và tất cả những giấy tờ "cá nhân" để cho họ có thể kiểm tra. Tất cả dụng cụ đều được khám xét và đối kiểm với bảng danh sách mà tôi đã gửi mấy tháng về trước. Tất cả đều thông qua và chúng tôi hân hoan khi biết là chúng tôi được phép mang máy ảnh vào trong.

Mỗi người chúng tôi phải đi ngang qua một máy "phát giác kim loại", đem tất cả đồ vật cá nhân trong người ra ngoài. Tucker Max mới vừa ban hành luật cấm thuốc lá trong trại, chúng tôi bị dò hỏi là có đem thuốc lá hay không? Sự tra xét chi tiết và bị rờ quanh người, đây là điều mà tôi chưa hề gặp trước kia khi vào nhà tù khác. Sau khi hoàn tất thủ tục sơ khởi, chúng tôi được hộ tống bởi Tuyên úy và một nhân viên an ninh vào trong khu tiếp tân và văn phòng điều hành của nhà tù. Tôi đã có yêu cầu ban quản trại được phép đi thăm các xà lim của tử tội, một nơi giam cầm đặc biệt, nhưng không biết họ có cho phép hay không? Tôi rất hoan hỷ khi được biết rằng điều này được cho phép và sau khi giao cái đãy"pháp khí nhà Thiền" cho văn phòng tạm giữ, chúng tôi được dẫn qua trạm an ninh nội bộ, bao gồm hai cửa an ninh điện động, rào kẽm gai và đi dọc hành lang chính của trung tâm.

Tucker Max là một nhà tù cho các phạm nhân phạm tội cức trọng. Phòng tương đối tối tân và may mắn là có máy lạnh trong các xà lim và các khu sinh hoạt. Điều này là một trời một vực so với tình trạng của những nhà tù ở các tiểu bang khác, hoặc các trại tù khác ở miền nam mà tôi đã đi qua. Chẳng hạn như các nhà tù ở Florida và Texas, nóng đến độ các tù nhân cảm thấy đau khổ như bị tra tấn. Trong các năm vừa qua, nhiều tù nhân đã bị mất mạng vì không chịu nổi nhiệt độ quá cao. Tháng 4 năm 1999, tôi tham dự phái đoàn tôn giáo của bà sơ Helen Prejean, được phép vào thăm nhà tử tù của Texas ở Huntsville. Ngày hôm đó thời tiết không đến nỗi tệ, vậy mà chúng tôi có thể nhìn thấy sự thiếu thốn trong vấn đề thông hơi của các xà lim và nghe các nhân viên và tù nhân cho biết nhiệt độ trong các xà lim ở tầng trên lên đến 120 độ Faraheit.

Năm ngoái, nhiều tù nhân đã bị chết vì sức nóng và một người bị chết vì nhiệt độ cao do thuốc tâm thần mà anh ta đã uống. Nhiều tù nhân đã mắc phải bệnh tim do nhiệt độ quá cao trong những trại giam nóng dã man này. Thế nhưng, phía trong của trại Tucker Max này rất dễ chịu. Khu độc nhất không có máy lạnh là khu kỷ luật, "cái lỗ" được dùng như khu "xử phạt". Rõ ràng, hình phạt bằng sự cô lập và thức ăn "dưới tiêu chuẩn" chưa đủ, còn phải phối hợp với nhiệt độ cao mới được.

Khi chúng tôi đi bộ dọc theo hành lang chính rộng khoảng 10 mét đến nhà tử tù "Five Pod", chúng tôi bị tù nhân và cả nhân viên an ninh, nhìn một cách soi mói. Chúng tôi có vẻ quái lạ, ba người mặc áo nhà tu, còn cô Dakota thì mặt một chiếc sơ mi ngắn tay màu hoa sáng tươi cùng với mái tóc vàng phủ xuống, dài độ ngang hông. Cô Dakota chuyên tâm vào việc chào hỏi các tù nhân hai bên, còn tôi thì quan tâm đến hai vị khách và đối đáp với các nhân viên nhà tù. Ban an ninh cảnh báo chúng tôi về việc các tù nhân có thể sẽ có thái độ vô lễ, nhưng đó chỉ là cảnh báo, gần như tất cả tù nhân đều chào hỏi chúng tôi một cách lễ độ.

Sứ mạng của cô Dakota là chào hỏi càng nhiều càng tốt những tù nhân ở đây, phần lớn là người da đen. Cô nhìn họ, mỉm cười, vẫy tay chào như một cử chỉ đồng tình với họ và các tù nhân cũng hưởng ứng đáp lại một cách thạnh tình. Bất luận trải qua một buổi nghi lễ Phật giáo hoặc chỉ bằng nụ cười và ánh mắt cũng làm cho tâm hồn của tù nhân được hân hoan. Mặc dù chúng tôi là khách, là những người có thể bước ra khỏi trại tù an ninh cực trọng (tội nặng) sau khi viếng thăm, nhưng đối các tù nhân cùng những người mặc đồng phục canh giữ họ, chúng tôi đang là những người bạn trong những cử động, hành vi, trang phục và cung cách của chính mình. Một số đông nhân viên an ninh là phụ nữ.

Chúng tôi đến khu tử tù và được đưa vào qua một cửa an ninh để vào tầng chính của khu. Chúng tôi đang ở trong "động nghiêm nhặt", ba tầng xà lim sắt thiết kế để giam những người tử tù bị cô lập với thế giới bên ngoài và với những người tù bên cạnh. Tôi quay sang Hòa thượng Roshi nói rằng tất cả những tù nhân ở đây đều là tử tù. Tôi chỉ cho ngài thấy xà lim của cựu tử tù Jusan Frankie Parker đã ở đó và anh thực tập thiền trong đó tám năm trước khi bị tử hình.

Tôi thấy Jack trước tiên, đứng tại cửa xà lim của anh ta, mặc áo "wagesa" (Luân Ca Sa: áo tràng trắng của Phật tử Nhật) và đang mỉm cười. Sau khi nhìn chung quanh, chúng tôi nhận ra Damien đang ở một xà lìm phía cuối tầng thứ hai. Hai người hình như đã bị dời chỗ, khác với kỳ trước khi tôi đến thăm, lúc đó họ ở hai xà lim bên cạnh nhau ở tầng thứ nhất. Hai nhân viên an ninh đến xà lim của hai người, cùm tay họ lại, trước khi mở cửa xà lim. Họ dẫn hai người đến đến tầng chính, gắn thanh sắt vào mắt cá chân, rồi gắn một hộp khóa an toàn vào cái cùm tay đã bị khóa hai lần.

Trong lúc Jack và Damien bị cùm chân tay bởi nhân viên an ninh, cô Dakota quay nhìn các tù nhân trong xà lim và nói chuyện với họ. Một tử tù hỏi tên cô ta, biểu lộ sự cảm kích, một người khác tò mò hỏi rằng cô ta có phải là một nữ tu Phật giáo hay không? Tất cả những phản ứng của tù nhân đối với Dakota đều thân mật và có ý nghĩa. Phần lớn những người đàn ông này là người da đen nghèo, rất cảm kích sự cảm thông của những người không phải tượng trưng cho quyền hành, bạo lực, v.v… dù chỉ trong chốc lát rồi chúng tôi sẽ đi.

Jack và Damien mỗi người đều đem theo quyển kinh nhật tụng cho buổi lễ, và hai người đều mang theo những hộp nhỏ làm bằng tay. Tôi rất hân hoan giới thiệu hai người với Hòa Thượng Harada Roshi, sư cô Chisan và cô Dakota. Jack và Damien cúi đầu sát xuống chào chúng tôi và tỏ vẻ rất cảm động. Qua biết bao nhiêu ngày tháng, cả hai đã chờ đợi cho đến ngày hôm nay.

Chúng tôi được phép vào trong một nhà nguyện rất nhỏ ở ngay bên cạnh tầng chính của tử tù. Trong đó có sẵn ghế xếp và chúng tôi ngồi trong phạm vi đã được định sẵn. Chúng tôi được tháp tùng bởi Tuyên úy McFall, Ông ta xin được phép tham dự. Tôi nói một vài lời giới thiệu và buổi lễ bắt đầu. Jack tặng Hòa thượng Harada Roshi một cái hộp gỗ làm bằng tay rất đẹp, phía ngoài được vẽ bằng bút và mực Nhật bổn. Damien tặng tôi một hộp gỗ làm bằng tay như vậy và tặng Hòa thượng Roshi và tôi hai xâu chuỗi. Tôi hỏi họ: "Cảm tưởng của các anh thế nào khi thấy phái đoàn đến?" Jack Jones nói với Roshi: "Con cảm thấy rất bối rối, rất bối rối, rất bối rối. Con không biết nói gì với các ngài bởi vì con cảm thấy rất bối rối!" Damien thưa với Hòa thượng Roshi: "Con đợi rất lâu để được nói chuyện với ngài, xin lỗi con đã muốn hỏi rất nhiều, nhưng bây giờ gặp ngài, đầu óc con lại trống rỗng, xin lỗi, làm ơn tha lỗi!" Kế đó, Jack hỏi Hòa thượng Roshi: "Ngài nghĩ sao về trại tù này?"

Hòa thượng trả lời qua sự thông dịch của Chisan: "Chỗ này kiểm soát chặt chẽ và có một bầu không khí rất tập trung ở đây." Jack nói: "Chỗ này rất tập trung, mỗi giây phút, ở đây, trong mỗi ngày, từng ngày trên toàn thế giới này." Hòa thượng Roshi trả lời: "Tôi có ba mươi người đệ tử và đối với tất cả họ, mỗi một thời khắc đều là thời khắc độc nhất, quan trọng nhất." Jack trả lời: "Chúng con đã đọc nhiều sách, nhưng không sách nào có thể so sánh với sự sâu sắc của thiền tông." Hòa thượng Roshi đồng ý và Jack trả lời: "Bởi vì con phải đối diện với cái chết trước mặt, nên con mới có thể ngộ điều này. Con tọa thiền mỗi ngày và đó là thời gian quan trọng nhất trong ngày của con. Mỗi ngày con đều quay mặt vào vách để thiền tĩnh."

Trước khi rời khỏi nhà nguyện nhỏ, tôi hỏi Tuyên úy McFall có thể nào cho phép Hòa thượng Harada Roshi vào thăm xà lim của Jack để xem anh ta sinh hoạt thế nào và có một khái niệm về kích thước và bố trí của một xà lim tử tù. Tuyên úy hỏi một nhân viên an ninh cao cấp và chúng tôi được phép vào xem xà lim của Jack, ở dưới tầng dưới, gần nhà nguyện.

Dãy Tử Tù

Chúng tôi đi ngang qua hành lang và cửa xà lim của Jack được mở lên tự động từ phòng điều khiển chính. Đó là một gian phòng kiên cố ngăn với khu tử tù bằng kiếng, bắn không thủng và đây là chỗ điều khiển tất cả lối ra vào, cửa và cổng trong tử tù. Lối vào của phòng điều khiển là từ hành lang chính của trại giam và hoàn toàn cô lập với tử tù. Khi chúng tôi bước đến gần xà lim, tôi nói đùa là đã xếp đặt cho Hòa thượng Roshi đến viếng thăm tỉ mỉ và ra dấu mời ngài vào trước. Ngài đáp lại sự khôi hài của tôi bằng một nụ cười tươi tắn và tỏ vẻ thưởng thức sự cởi mở trong lúc đối diện với sự hành hình. Chúng tôi tiến vào xà lim của Jack và nhìn chung quanh. Đây là một gian phòng nhỏ với một cửa sổ hẹp có ánh sáng mặt trời rọi vào. Có một cái giường hẹp trải một tấm nệm mỏng, một cái bàn viết và một cái ghế gần đó. Tường trước, gần cửa xà lim, có một bàn cầu sắt và bồn rửa mặt, tù nhân khi đi cầu, quay mặt vào trong, nhưng mọi người phía ngoài đều có thể thấy được tù nhân bất cứ lúc nào, không có một góc nào trong xà lim mà không thể nhìn thấy từ cửa xà lim.

Jack có một bàn thờ nhỏ thiết trí trên bàn giấy và một số hình ảnh của hai đứa con trai và một người đàn bà. Tất cả được gắn vào một miếng cạc tông treo phía trên bàn. Chúng tôi nhìn vào các bức ảnh và Jack giải thích họ là ai. Thật là chật chội trong một chỗ nhỏ hẹp như vậy. Hai nhân viên an ninh to lớn đứng ngay cửa xà lim theo dõi những gì đang xảy ra. Sau khi hoàn tất việc "viếng thăm" phòng tử tù, chúng tôi được dẫn trở lại phòng tiếp tân. Jack và Damien cũng được dẫn đến đó theo hành lang chính, còn chúng tôi được dẫn qua trạm kiểm soát chính để đi đến đó.

Buổi Lễ Thọ Giới

Đãy dụng cụ màu đen của tôi được đặt tại phòng tiếp tân và chúng tôi đi vào từ cửa rào kẽm gai. Có một dãy cửa sổ dọc dài theo hai bên phòng tiếp tân và đã có nhiều người, lúc nãy chúng tôi không thấy, ngồi nhìn chúng tôi bước vào.

Tôi chọn một góc phòng tiếp tân ngay chỗ mà cựu

tử tù Jusan đã thọ giới cách đây bốn năm rưỡi về trước và bắt đầu sắp đặt bàn thờ cho buổi lễ. Tôi đã đem theo tất cả những gì có thể dùng đến và chúng tôi đã sắp đặt một bàn thờ đẹp trải bằng tơ nguyên chất. Tôi đã mua trầm hương loại cực tốt để dùng trong buổi lễ. Bàn thờ gồm có một tượng Phật điêu khắc bằng gỗ (do Hozo Jack Van Allen tặng cho hội Thiền Dấn Thân), một lư hương bằng sứ, một bát nước cũng bằng sứ, một cây nến trắng, một dẫn khánh và hai tấm thư pháp do Hòa thượng Harada Roshi vẽ để tặng Jack và Damien. Sư cô Harada cũng đem hai đãy thọ giới đẹp từ Nhật sang, trên đó có viết pháp danh của hai người. Tôi đã làm khoen cho pháp y từ những mảnh gỗ của cây phong, trong rừng chung quanh Thiền đường Dai Bosatsu của tôi tại Linvingston Manor, New York.

Tôi tụng bài Khuyến tấn thọ giới do Hòa thượng Eido Roshi viết, dựa trên Kinh Pháp Cú XIV.4. Nhờ một quyển kinh Pháp Cú cỡ nhỏ liệng vào xà lim một cách khinh bỉ mà cuộc đời của cựu tử tù Jusan Frankie Parker đã thay đổi một cách sâu xa trở thành Phật tử thuần thành và xuất gia trước khi bị tử hình. Hòa thượng Roshi và tôi dâng hương, chúng tôi tụng: Sám hối, Tam tụ tịnh giới, Tam quy y và Mười giới (Thập thiện). Thắp hương trong nhà tù là một điều hy hữu đối với tù nhân. Họ bị cấm chỉ không được chứa hoặc thắp hương trong xà lim, dù đó là nghi lễ tôn giáo của mình. Ở Tucker-Max, cớ quy định "không hút thuốc", thành thử tù nhân cũng không có hộp quẹt cây hoặc hộp quẹt máy, những món này bị cấm đoán với lý do an ninh.

Ngài Harada Roshi, qua sự thông ngôn của sư cô

Chisan, giải thích ý nghĩa của pháp danh, sau đó chú nguyện và đưa mỗi người một đãy thọ giới màu đen. Damien được đặt tên Koson, nghĩa là tôn trọng, nhiệt tâm, hoặc tìm cầu ánh sáng, còn Jack được đặt tên Đại Nhẫn, nghĩa là sự nhẫn nhục vĩ đại. Sau đó chúng tôi tụng Bốn hoằng thệ nguyện ba lần bằng tiếng Nhật và một lần tiếng Anh. Tôi nói lời kết thúc và buổi lễ hoàn tất.

Trong buổi lễ, tôi phải trợ giúp mỗi người cầm kinh vì hai tay bị còng với nhau. Chúng tôi không thể hành lễ trên sàn bởi vì tôi không thể đem bồ đoàn và chiếu vào. Cựu tử tù Jusan Frankie Parker ít nhất hai tay cũng được cho phép tự do mặc dù hai chân luôn luôn bị cùm, khi tôi đến thăm anh. Sau buổi lễ, cô Dakota thuật lại với tôi là khi chúng tôi đánh bản, phát ra tiếng động lớn, làm cho mấy nhân viên an ninh trong phòng thiếu điều chết đứng!

Tuyên úy McFall đặt nhiều câu hỏi với Hòa thượng Roshi. Ông hỏi tại sao chúng tôi cạo đầu? Ngài Roshi trả lời: "Không có tóc là để nhắc nhỡ rằng chúng tôi là những người xuất gia không còn ham muốn gì cả." Nghe thế, tôi bèn lấy tay sờ đầu và chêm vào: "Tại sao tôi vẫn còn muốn một chiếc xe Harley Davidson mới?" Mọi người bật cười vui vẽ trước câu đùa hài hước của tôi.

Chúng tôi cảm thấy vô cùng lưu luyến, thế nhưng vì thời gian có hạn, chúng tôi phải chia tay. Jack và Damien đều xá dài và ôm lấy Hòa thượng Harada Roshi khi chúng tôi ra về. Hòa thượng Roshi, sư cô Chisan và cô Dakota đi đến văn phòng Tuyên úy, còn tôi phải đi ra khỏi trại giam với một "cận vệ" để đem đãy "đồ nghề" của tôi ra xe mini-van. Khi tôi được đưa vào phòng Tuyên úy, tôi đụng phải Bobby Fredwell, một tù nhân Phật tử đã được Thống đốc tiểu bang ân xá, chuyển án tử hình thành chung thân khổ sai không được ân xá, một tuần trước khi anh bị hành hình. Rất may mắn cho cuộc đời của Bobby. Bobby rất thân với cựu tử tù Jusan, lúc đó được biết với tên "Si-Fu". Chúng tôi vào văn phòng Tuyên úy tìm cà phê. Tôi giới thiệu Bobby với mọi người. Cô Dakota hỏi Bobby anh đang làm nghề gì, anh nói phải làm trong nhóm lao động sửa đường tám tiếng mỗi ngày. Cô Dakota lại hỏi có ý kiến gì về việc làm lao động ngoài trời dưới ánh mặt trời gay gắt không? Anh ta nói anh không có sự lựa chọn nào khác, nếu không sẽ bị phạt phải ở trong "lỗ" (biệt giam).

Trên Đường Về

Chúng tôi rời khỏi trại giam. Nhóm tù khổ sai lót đường bên kia trại tù được đưa vào trại giam lại. Hoà Thượng Roshi và sư cô Daichi sẽ lên phi cơ tại phi trường Memphis, sáng hôm sau lúc 6 giờ 45 sáng. Chuyến trở về của đoàn hành hương có vẻ tĩnh lặng hơn. Hòa thượng Roshi ngồi băng xe sau ghi chép nhật ký, còn tôi thì chuyên chú lái xe qua đoạn đường xa lộ tối đen. Chúng tôi về đến Memphis thì đã khuya, Hoà thượng và sư cô vội vàng đi nghỉ vì còn hành trình dài ngồi một ngày dài [trên phi cơ] và hai ngày sau phải hướng dẫn một khóa tu "nhiếp tâm" nữa. Sáng hôm sau, tôi chở các ngài ra phi trường. Khi chia tay, ngài Harada Roshi nói với tôi là ngài "sẽ trở lại". Tôi cảm thấy hân hoan biết rằng ngài rất cảm động và tôi biết phải nhờ ngài thì mới truyền Chân Phật pháp vào các trại tù này được.

Kết Luận

Tử tù Dainin Jack Jones (cực trái),
Hòa thượng Shodo Harada Roshi (thứ hai từ trái),
tử tù Koson Damien Echols (thứ ba từ trái)
và Thượng tọa Kobutsu Malone Osho (cực phải)
tại Trại tù Tucker-Max prison, Tucker Arkansas.

(Người chụp ảnh: Sư cô Daichi Storandt
– ngày 19, tháng 9 năm 2000)

Chuyến hành hương trại tử tù của Hòa thượng Harada Roshi và chúng tôi là một sự mời gọi tất cả chúng ta hãy "tỉnh thức!" để nhìn một cách sâu sắc và thấy sự việc rõ ràng. Chúng ta nên hành động với một tâm thức giác ngộ, hướng đến tất cả chúng sanh dù là phạm nhân để cùng nhau tạo dựng một cộng đồng không hình phạt mà chỉ có hồi phục xây dựng. Xã hội nên thay thế án tử hình bằng án chung thân không ân xá hay ân xá, như vậy tạo cơ hội cho phạm nhân lấy công khổ sai suốt đời chuộc lỗi, còn hơn là giết lấy sinh mạng vô ích. Trong lịch sử nhân loại đã ghi lại luôn luôn có sự thay thế cho tất cả hình thức áp bức hung bạo.

Kinh nghiệm là một bài học cho chúng ta học hỏi, nhất là kinh nghiệm của nhiều sự sai lầm.

Xin ủng hộ cho việc xoá bỏ án tử hình!

Phụ Lục 1

Chuyện lạ ở Trại giam Xuân Nguyên: Phạm nhân "mọt sách" và lá thư của CEO Alpha Books

Từ "cơn nghiện sách", phạm nhân Giang nảy ra ý tưởng xây dựng thật nhiều đầu sách cho thư viện vốn rất khiêm tốn của trại giam. Một ý tưởng ban đầu khiến bạn tù cho là điên khùng.

Phạm nhân Cao Văn Giang
với ý tưởng mua, quyên góp 1.000 cuốn sách.

Những con chữ gột rửa tâm hồn

Phạm nhân "đặc biệt" mà chúng tôi nói đến đó là Cao Văn Giang (32 tuổi, ở huyện Tiên Lãng, Hải Phòng) đang thụ án tại Phân trại 3, Trại giam Xuân Nguyên, thuộc Tổng cục Cảnh sát Thi hành án hình sự và Hỗ trợ Tư pháp (Tổng cục VIII, Bộ Công an).

Giang chính là người tham gia vụ cướp với số tiền rất lớn gây xôn xao dư luận địa phương vào cuối tháng 7/2007. Cái giá phải trả là bản án 20 năm tù, là ngã rẽ cuộc đời mà đến bây giờ phạm nhân này vẫn không thể hiểu tại sao lúc đó mình đâm đầu vào.

Cú sốc quá lớn do chính mình tạo ra, Giang thời gian đầu gần như không chấp nhận nổi thực tại của đời sống phạm nhân. Đội trưởng Đội giáo dục – hồ sơ Nguyễn Văn Kiều của trại giam, cho chúng tôi biết, lúc mới "nhập trại", Giang từng bị xử lý kỷ luật vì vi phạm nội quy, tuy nhiên, càng về sau phạm nhân này càng cải tạo tốt.

Và khi tiếp xúc với phạm nhân Giang, chúng tôi mới hiểu, chính những cuốn sách đã làm thay đổi một con người từng dám chặn ôtô trên Quốc lộ 10 cướp hàng trăm triệu đồng. "Thụ án 8 năm rồi, tôi thấm thía, cảm nhận rõ những gì đã mất và thấy những gì cần phải bắt đầu lại. Ở đây, tất nhiên không ai được chọn môi trường sống theo ý thích của mình, nhưng ai cũng có quyền chọn cho mình một lối sống. Vượt qua những khủng hoảng ban đầu, tôi bắt đầu dành thời gian đọc sách trở lại và trở nên "nghiện" lúc nào không hay", phạm nhân này tâm sự.

Vẻ mặt hiền và bình thản với đôi mắt sáng luôn mở

to, Giang bảo cuộc đời mình như rơi xuống vực thẳm sau lần phạm tội đầu tiên nhưng hậu quả quá lớn ấy. Chính những cuốn sách về luật pháp, văn học, nghệ thuật sống, kinh tế, quản lý... đã dần dần đưa Giang khỏi tâm trạng chán nản, điên cuồng, thù hận cuộc đời.

Giang đọc từ sách của Warren Buffett đến các cuốn sách dạy con trẻ. Từ tác phẩm "400 điều trường học không dạy bạn" của H.N.Casson đến những cuốn "đắc nhân tâm". Cứ đều đặn như thế, mỗi tuần Giang đọc 2 cuốn, đủ thể loại. "Tôi nghiền ngẫm hàng đêm, ngấu nghiến sách, như được gột rửa tâm hồn và rồi thức tỉnh bản thân thực sự. Những điều tươi đẹp về cuộc sống, về con người đã thôi thúc tôi phải hy vọng, phải nuôi niềm tin, khát vọng về ngày mai", Cao Văn Giang thổ lộ.

Và cũng từ "cơn nghiện sách", phạm nhân này nảy ra ý tưởng xây dựng thật nhiều đầu sách cho thư viện vốn rất khiêm tốn của trại giam. Một ý tưởng ban đầu còn khiến nhiều bạn tù cho là điên khùng, nhưng về sau lại rất hào hứng tham gia. Nhiều phạm nhân thường xuyên mượn sách từ Giang để đọc. Không ít người cũng "nghiện sách" lúc nào không hay.

Lá thư tay từ Giám đốc công ty sách

Trao đổi với chúng tôi, thiếu tá Hà Đình Thiêm - Phó Giám thị Trại giam Xuân Nguyên đánh giá rất cao ý tưởng độc đáo trên của phạm nhân Giang. Ông cũng cho rằng đây là việc làm hiếm thấy ở các phạm nhân trong trại từ trước đến nay.

Thiếu tá Thiêm cho biết, do điều kiện khó khăn, cùng với số lượng phạm nhân rất lớn, gần 3.000 người, nên tủ sách thư viện của cả 3 phân trại của Trại giam Xuân Nguyên còn rất hạn chế, trong khi nhu cầu và ý nghĩa của việc đọc sách báo đối với phạm nhân lại rất tích cực. Ông hoàn toàn ủng hộ những ý tưởng và việc làm như phạm nhân Cao Văn Giang thực hiện. Đây sẽ là những "điểm cộng" xứng đáng để nhà nước xem xét giảm án nếu phạm nhân cải tạo, chấp hành tốt nội quy, quy định.

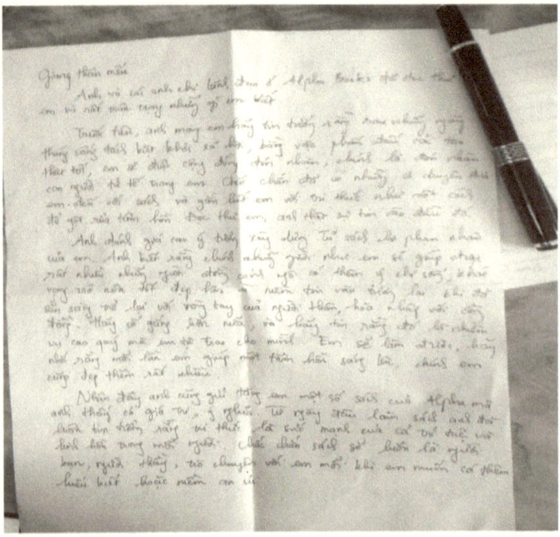

Lá thư do CEO Alpha Books gửi phạm nhân Cao Văn Giang

Ý tưởng của phạm nhân Giang được lãnh đạo Trại và các cán bộ quản giáo ủng hộ. Phấn khởi, một thời gian sau, Giang đã mạnh dạn viết tâm thư gửi 2 nhà sách Alpha Books và Trí Việt bày tỏ tình yêu sách, khát vọng gột rửa tâm hồn nhờ sách và thẳng thắng bày tỏ mong muốn được mua số lượng lớn sách với giá rẻ để trang bị cho Trại.

Trong một lá thư gửi giám đốc nhà sách, phạm nhân này viết: “Trong số rất nhiều bạn đọc gửi thư cho anh. Em nghĩ mình là một độc giả sẽ để lại nhiều ấn tượng trong anh. Lá thư anh đang cầm trên tay lúc này được gửi đến từ một trại giam. Người viết lá thư này là một phạm nhân. Cao Văn Giang là tên em… Nhớ lại ngày nào mới bước chân vào môi trường trại giam, em đã mất hết niềm tin vào cuộc sống, với tư tưởng bất mãn, tiêu cực… thường xuyên được cán bộ gặp gỡ động viên và giáo dục. Rất tình cờ có một phạm nhân trong buồng có đưa cho em mượn một vài cuốn sách về nghệ thuật sống để đọc những lúc rảnh rỗi. Sau khi đọc những cuốn sách đó em đã thay đổi hoàn toàn, biết chấp nhận cuộc sống, rồi có niềm tin vào cuộc sống… luôn phấn đấu cải tạo tốt, để sớm được tự do, để làm lại cuộc đời”.

Giang tâm sự: “Đã có những hành trình đưa sách về nông thôn, tới miền núi, biển đảo… Tôi mong mỏi sẽ có nhiều nhà hảo tâm, những tấm lòng vàng, những Mạnh Thường Quân đưa sách về với trại giam. Để phạm nhân không bị bỏ rơi với tri thức. Để hành trình trở về nẻo thiện của chúng tôi sẽ không còn cảm giác lạc lõng, lẻ loi và cô độc nữa”.

Và rất bất ngờ, bức thư đã nhận được sự đồng cảm từ lãnh đạo 2 nhà sách. Họ đã viết thư tay trả lời, đồng thời còn gửi danh sách hàng trăm cuốn mà nhà sách đồng ý giảm 50-60% giá thành để trại giam xét duyệt trước khi đưa vào thư viện của trại. Giám đốc điều hành của Công ty CP Sách Alpha (Alpha Books) còn ngỏ ý được trao đổi trực tiếp với lãnh đạo trại giam triển khai ý tưởng xây dựng thư viện theo ý tưởng của phạm nhân Giang.

Toàn bộ số tiền chi trả cho việc này do Giang huy động từ gia đình, bạn bè, tuy số tiền không lớn nhưng thực sự là một nỗ lực đầy gian khó với một người đang ở trong tù. Và niềm vui đã đến với thư viện Trại giam Xuân Nguyên, đến với phạm nhân Giang cùng các phạm nhân khác ở đây: Đến lúc này, đã có khoảng 1.000 cuốn sách sẵn sàng vào trại.

Trong lá thư gửi phạm nhân Giang, ông Nguyễn Cảnh Bình – CEO của Alpha Books xúc động: "Anh đánh giá cao ý tưởng xây dựng tủ sách cho phạm nhân của em. Anh biết rằng chính những người như em sẽ giúp được rất nhiều người đồng cảnh ngộ có thêm ý chí sống, khát vọng vươn lên tốt đẹp hơn và niềm tin vào tương lai khi đã sẵn sàng trở lại với vòng tay của người thân, hòa nhập với cộng đồng. Hãy cố gắng hơn nữa, và hãy tin rằng đó là nhiệm vụ cao quý mà em tự trao cho mình. Em sẽ làm được, hãy nhớ rằng mỗi lần em giúp một tâm hồn sáng lên, chính em cũng đẹp thêm rất nhiều…".

Việt Nguyễn – Minh Lý/Báo Gia đình & Xã hội

(http://giadinh.net.vn/xa-hoi/chuyen-la-o-trai-giam-xuan-nguyen-pham-nhan-mot-sach-va-la-thu-cua-ceo-alpha-books-20151014090304091.htm)

Phụ Lục 2

Nữ tù nhân mang tội giết người hoàn lương và hành trình vượt qua định kiến để trở thành Tiến Sĩ Khoa Học danh giá

Làm lại cuộc đời từ quá khứ đầy tội lỗi và đau thương, nữ tù nhân Michelle Jones đã đạp bỏ mọi định kiến và vươn lên đến bậc học cao nhất của mọi nhà nghiên cứu - tấm bằng tiến sĩ khoa học hàn lâm.

Nữ tù nhân mang tội giết người hoàn lương và hành trình vượt qua định kiến để trở thành Tiến Sĩ Khoa Học danh giá

Thoát 8 năm tù do nhầm lẫn của tòa án, tên tội phạm nguy hiểm bất ngờ chạm trán nạn nhân

Yêu rồi gửi hàng loạt ảnh nóng cho phạm nhân giết người, nữ nhân viên nhà tù phải nhận cái kết buồn

Ác nhân của thời đại: kẻ sát hại hơn 140 trẻ em và nhận án tù 1853 năm

Mang thai ở tuổi 14 sau một mối tình không mấy êm đẹp với một người học sinh lớn tuổi hơn học cùng trường, Michelle Jones bị chính mẹ mình bạo hành bằng những hành động dã man như cầm vật nặng đánh liên tiếp vào bụng. Nhờ pháp luật can thiệp, Jones lập tức được tách khỏi người mẹ bạo lực, chuyển đến sống trong các trung tâm giáo dục và nuôi dưỡng trẻ vị thành niên.

Trong chính hồ sơ xin học tại Đại học Harvard danh tiếng của mình, Jones đã chia sẻ rằng, những năm tháng sống cùng người mẹ bạo lực đã để lại trong cô những chấn động tâm lý lớn. Chứng suy nhược tâm lý kéo dài đã khiến cô bước chân vào vết xe đổ của chính mẹ mình: bạo lực gia đình. Nạn nhân lần này là cậu con trai 4 tuổi của cô, bé Brandon Sims.

Năm 1992, bé Brandon Sims đã ra đi vĩnh viễn, nguyên nhân cái chết cũng như thi thể của em đã trở thành một dấu hỏi lớn cho các lực lượng chức năng bấy giờ. Hai năm sau, trong thời gian lưu trú tại trại phục hồi tâm lý, Michelle Jones đã thừa nhận hành vi mất hết nhân tính của mình.

Vẻ đẹp đầy kiêu hãnh của bà Michelle - một tấm gương về chặng đường hoàn lương tưởng như không thể. Câu chuyện của bà đã làm chấn động nước Mỹ những ngày qua.

Những tình tiết căng thẳng tiếp tục được hé lộ tại tòa án khi một người bạn cũ kể tội Michelle. Cô đã đánh đập bé Brandon và nhốt em trong nhà nhiều ngày cho đến chết. Hành vi phạm pháp mù quáng lên đến đỉnh điểm khi Michelle giấu xác con và chối mọi tội lỗi trước cảnh sát và gia đình nhà chồng.

Tiến sĩ Michelle Jones

Theo quyết định của tòa án, Michelle Jones bị kết án 50 năm tù giam, cô được tại ngoại sau 20 năm tù dựa trên thành tích học tập và quá trình cải tạo tốt. 20 năm "bóc lịch" dài đằng đẵng đã trở thành một bước đệm cho những thành công sau này của cô.

Trong bài luận ứng tuyển vào Đại học Harvard, cô gửi lời nhắn đến với cậu con trai đã khuất Brandon: "Tôi xin thề với chính bản thân và con trai, rằng trong những năm tháng còn lại của cuộc đời mình, tôi sẽ sống một cuộc đời lương thiện, có ý nghĩa".

Lửa thử vàng

Ngồi sau song sắt nhà giam từ năm 1996, bà Jones làm việc công ích cải tạo trong một thư viện luật thuộc Nhà tù nữ Indiana, bang Indianapolis, Mỹ. Không chỉ có bằng chứng nhận trợ lý luật sư, bà còn sở hữu bằng cử nhân Đại học Ball State năm 2004 và bằng thạc sĩ tại Đại học Indiana.

Song, niềm đam mê với ngành lịch sử của bà chính thức được nhen nhóm từ năm 2012 khi Kelsey Kauffman - một cựu giáo sư giảng dạy tình nguyện trong tù - khuyến khích các tù nhân nghiên cứu nguồn gốc của chính "ngôi nhà chung" này. Nhà tù nữ Indiana được thành lập năm 1873, là trung tâm cải tạo nữ phạm nhân đầu tiên ở Hoa Kỳ. Đây cũng chính là xuất phát điểm để tài năng và nhiệt huyết của Jones vượt qua thành lũy của trại giam.

Sau khi ghi chép tỉ mỉ các dữ liệu nhân khẩu học từ các tài liệu cũ thuộc Nhà tù nữ Indiana, bà Jones đã phát hiện một nghịch lý: Nơi đây không hề tồn tại những tù nhân phạm tội mại dâm. Với sự giúp đỡ của một thủ thư, bà và một tù nhân khác phát hiện ra rằng, một nhà giặt quần áo Công giáo mở cửa vào cùng khoảng thời gian đó ở Indianapolis mới thực sự là trại cải tạo cho những phụ nữ "đi ăn đêm" - những người bị kết tội liên quan đến nạn mại dâm. Sau đó, họ tìm thấy hơn 30 cơ sở tương tự trên khắp đất nước, giống như các tiệm giặt là Magdalene gần đây đã được phát hiện ở Ireland.

Một vở kịch mang tên "Công tước xứ Stringtown" được viết bởi Michelle được diễn trong "ngôi nhà chung" từ những ngày tháng trong tù.

Dưới sự quản lý của bà Kauffman, Jones và bạn đã hoàn thiện những nghiên cứu của mình, xuất bản chúng trong một tạp chí học thuật của Indiana và giành được giải thưởng lịch sử của tiểu bang. Công trình này của bà cũng được trình bày tại nhiều hội thảo khoa học theo hình thức trực tuyến từ xa. Bên cạnh đó không thể không kể đến những công trình khác xoay quanh chủ đề lạm dụng các nữ tù nhân tại Nhà tù Indiana ở những năm đầu thành lập.

Vẻ đẹp đầy kiêu hãnh của bà Michelle - một tấm gương về chặng đường hoàn lương tưởng như không thể. Câu chuyện của bà đã làm chấn động nước Mỹ những ngày qua.

Không giống như những nhà nghiên cứu thông thường, Michelle không hề được tiếp cận đến nguồn tư liệu dồi dào trên mạng internet. Trong cảnh thư viện nhà tù chỉ toàn những đầu sách giải trí lãng mạn, Michelle xây dựng công trình nghiên cứu của mình từ những lần xem lén bản sao tài liệu được sao chụp từ Văn phòng Lưu trữ Bang Indiana.

Thành quả của bà là danh hiệu dự án nghiên cứu được đánh giá cao nhất do Hiệp hội lịch sử Indiana vinh dự công nhận vào năm vừa rồi. Là tù nhân số 970554, bà Jones cũng đã viết nhiều kịch bản cho các tác phẩm múa cùng các vở kịch lịch sử, một trong số đó được dự kiến công chiếu tại nhà hát bang Indianapolis vào tháng 12 năm nay.

“Liệu con người đó có thực sự hoàn lương?”

Con đường hoàn lương của người phụ nữ 45 tuổi

đã đi đến những bước ngoặt lớn, Michelle Jones trở thành một học giả về lịch sử nước Mỹ nhờ vào việc bảo vệ thành công các công trình nghiên cứu của mình trong các cuộc tranh luận của các sử gia và Đại hội đồng Indiana.

Quá trình nghiên cứu, trình bày trước hội đồng qua những công cụ trực tuyến của bà hoàn toàn được thực hiện sau song sắt nhà tù, nơi Michelle dành 20 năm ròng để làm lại cuộc đời. Tuy nhiên, chặng đường hoàn lương và được hòa nhập xã hội của bà vẫn vấp phải những định kiến xã hội.

Đại học New York là một trong những trường hàng đầu nước Mỹ đã chấp nhận Michelle Jones tiếp tục theo học chương trình đào tạo tiến sĩ. Trước khi "đầu quân" cho Đại học New York, cô nộp đơn cho tám trường đại học trong cả nước, trong đó Harvard là lựa chọn đầu tiên bởi cô ngưỡng mộ công trình nghiên cứu về nhà tù của các sử gia ở đại học này.

Trái với những mong đợi, Đại học Harvard danh tiếng lại tạo những nghịch lý nhằm chối bỏ hồ sơ xin học của nữ tù nhân Michelle Jones.

Mặc dù lọt vào danh sách 18 người xuất sắc, được lựa chọn từ hơn 300 ứng cử viên tham gia vào chương trình học ngành lịch sử của Đại học Harvard nhưng Michelle không thể trở thành ứng viên trúng tuyển vào trường đại học danh tiếng này.

Câu chuyện về Michelle và những thành kiến từ đại học Harvard đã thu hút sự chú ý của cư dân mạng. Rất nhiều cá nhân và tổ chức đã can thiệp nhằm giúp đỡ

Michelle theo đuổi sự nghiệp học tập như mọi công dân bình thường khác. Song về phía Đại học Harvard, mọi ý kiến từ chối hồ sơ xin học của Michelle vẫn được giữ nguyên. Không chỉ Harvard, Đại học Yale cũng nói không với hồ sơ của Michelle Jones, mặc dù không rõ nguyên nhân của sự từ chối thẳng thừng này có bắt nguồn từ quá khứ không mấy sáng lạng của cô hay không.

Những nỗ lực cuối cùng cũng được công nhận

Bên cạnh những thành kiến nặng nề mà Michelle nhận được trong chặng đường "quay đầu là bờ", sự nhiệt huyết và nỗ lực làm lại cuộc đời cùng tài năng của cô cũng đã làm lay động dư luận. Michelle nhận được rất nhiều những cánh tay giúp đỡ của nhiều cá nhân, tổ chức, cộng đồng - những người vẫn còn niềm tin vào sự hoàn lương của một nữ tù nhân mang án giết người.

Elizabeth Hinton, một trong những nhà sử học của Đại học Harvard ủng hộ bà Jones, đã nhận xét bà là "một trong những ứng cử viên mạnh nhất nhì đất nước".

Dự án Marshall là một tổ chức tin tức phi lợi nhuận tập trung vào công lý hình sự và cũng chính là tổ chức đã yêu cầu tờ The New York Times đăng tải câu chuyện của Michelle. Nhờ vào quyền lực và sự ủng hộ của nhiều cá nhân, tổ chức đã có những hành động tạo sức ép đến "bộ sậu" đại học Harvard nhằm thay đổi quan điểm sai lệch về bà Jones. Giúp bà có cơ hội được học tập và phát huy thế mạnh của mình như mọi ứng cử viên khác.

Michelle và những nỗ lực đáng được ghi nhận trên con đường vươn tới bậc học cao nhất.

Một chiến dịch có tên "ban the box" của các nhóm đấu tranh vì quyền dân sự cũng đã chung tay cùng dự án Marshall nhằm mang lại công lý và cơ hội cho Michelle Jones.

Những cá nhân ủng hộ con đường hoàn lương của Michelle Jones còn phải kể đến Heather Ann Thompson - người đoạt giải Pulitzer về lịch sử 2017 - và công tố viên Diane Marger Moore - người bảo vệ lập luận rằng, Jones đã nhận bản án thích đáng và hành động cải tạo, học tập của bà là đáng được xã hội công nhận.

"Là người mẹ, tôi nghĩ những gì Michelle đã làm là một tội ác khủng khiếp.... Song, Michelle Jones đã lãnh án trong thời gian dài, một bản án thích đáng. Và bây giờ là lúc cô ấy có được cơ hội học tập và cống hiến như một công dân bình thường" - bà Marger Moore, hiện là luật sư của một hãng luật lớn tại Los Angeles bày tỏ quan điểm ủng hộ Michelle Jones.

Michelle Jones (giữa) và những nỗ lực đáng được ghi nhận trên con đường vươn tới bậc học cao nhất.

Kết quả

"Tôi chỉ không muốn tội lỗi của mình là ống kính soi chiếu mọi việc tôi làm. Tôi biết tôi đến từ nơi tối tăm nhất, tôi bị xã hội ghê tởm. Nhưng trong 20 năm qua, tôi đã cố gắng làm theo lẽ phải, bởi tôi vẫn còn quan tâm đến thế giới, và bởi tôi không tin quá khứ đen tối đó sẽ cản trở con đường học tập của tôi mãi mãi", Jones nói.

Những cánh cửa khác vẫn rộng mở với Michelle Jones, hòm thư của tù nhân tại Nhà tù nữ Indiana những ngày vừa qua vẫn luôn đầy ắp những lá thư mời học đến từ những đại học danh tiếng khắp nước Mỹ như Đại học California tại Berkeley, Đại học Michigan, Đại học Kansas và Đại học New York…

Nữ tù nhân mang tội giết người hoàn lương và hành trình vượt qua định kiến để trở thành tiến sĩ khoa học danh giá - Ảnh 6.

Đại học New York N.Y.U danh tiếng là sự lựa chọn sau cùng của Michelle trong việc theo đuổi bậc học cao quý nhất.

Quyết định theo học tại Đại học New York, Michelle háo hức được giảng dạy theo chương trình giáo dục nhà tù của đại học này, như một cách để tưởng nhớ về những năm tháng cũ. Cô cũng mong được bắt tàu tới thành phố Cambridge, bang Massachusetts để tham dự hội thảo của Harvard về lịch sử tội phạm và hình phạt của Mỹ.

Chính thức tại ngoại vào tháng 10 năm nay, song cô được nhận thêm một khoảng thời gian khoan hồng là hai tháng để có thể theo học kịp chương trình giảng dạy tiến sĩ khoa học tại ngôi trường mơ ước. Chuyển đến Manhattan để chuẩn bị cho một khởi đầu mới, hành trang của Michelle không gì ngoài kính cận và những chiếc hộp chứa đầy ghi chú về nghiên cứu mà cô đã thực hiện trong song sắt nhà lao.

Nữ tù nhân mang tội giết người hoàn lương và hành trình vượt qua định kiến để trở thành tiến sĩ khoa học danh giá - Ảnh 7.

"Quên Harvard đi. Tôi đã tốt nghiệp từ trường học khắc nghiệt nhất" - Michelle Jones.

Vào thứ sáu trước khi khóa học bắt đầu, trên băng ghế trong khuôn viên Đại học New York, Jones phản bác lại bất cứ luận điệu nào cho rằng, bà chưa sẵn sàng cho tấm bằng Tiến sĩ, bậc cao nhất trong sự nghiệp nghiên cứu:

"Người ta không sống sót 20 năm trong tù với bất kỳ sự khoan hồng nào ngoài nỗ lực của bản thân - Nỗ lực để có thể đọc và viết sau song sắt lao lý. Quên Harvard đi. Tôi đã tốt nghiệp từ trường học khắc nghiệt nhất".

(http://kenh14.vn/nu-tu-nhan-mang-toi-giet-nguoi-hoan-luong-va-hanh-trinh-vuot-qua-dinh-kien-de-tro-thanh-tien-si-khoa-hoc-danh-gia-20170919095521602.chn)

TỦ SÁCH BẢO ANH LẠC

do Ni Sư Tiến Sĩ TN Giới Hương biên soạn

1.1. SÁCH TIẾNG VIỆT

1. *Bồ-tát và Tánh Không Trong Kinh Tạng Pali và Đại Thừa.*
2. *Ban Mai Xứ Ấn -Tuyển tập các Tiểu Luận Phật Giáo* (3 tập).
3. *Sārnātha - Vườn Nai – Chiếc Nôi Phật Giáo.*
4. *Quy Y Tam Bảo và Năm Giới.*
5. *Vòng Luân Hồi.*
6. *Hoa Tuyết Milwaukee.*
7. *Luân Hồi trong Lăng Kính Lăng Nghiêm.*
8. *Nghi Thức Hộ Niệm, Cầu Siêu.*
9. *Quan Âm Quảng Trần.*
10. *Nữ Tu và Tù Nhân Hoa Kỳ.*
11. *Nếp Sống Tỉnh Thức của Đức Đạt Lai Lạt Ma Thứ XIV.*
12. *A-Hàm: Mưa pháp chuyển hóa phiền não*, 2 tập.
13. *Góp Từng Hạt Nắng Perris.*
14. *Pháp Ngữ của Kinh Kim Cang.*
15. *Tập Thơ Nhạc Nắng Lăng Nghiêm.*
16. *Nét Bút Bên Song Cửa.*

17. *Máy Nghe MP3 Hương Sen* (Hương Sen Digital Mp3 Radio Speaker): Các Bài Giảng, Sách, Bài viết và Thơ Nhạc của Thích Nữ Giới Hương (383/201 bài).

18. *DVD Giới Thiệu về Chùa Hương Sen.*

19. *Ni Giới Việt Nam Hoằng Pháp tại Hoa Kỳ.*

20. *Tuyển Tập 40 Năm Tu Học & Hoằng Pháp của Ni sư Giới Hương*, Thích Nữ Viên Quang, TN Viên Nhuận, TN Viên Tiến, and TN Viên Khuông.

21. *Tập Thơ Nhạc Lối Về Sen Nở.*

22. *Nghi Thức Công Phu Khuya – Thần Chú Thủ Lăng Nghiêm.*

23. *Nghi Thức Cầu An – Kinh Phổ Môn.*

24. *Nghi Thức Cầu An – Kinh Dược Sư.*

25. *Nghi Thức Sám Hối Hồng Danh.*

26. *Nghi Thức Công Phu Chiều – Mông Sơn Thí Thực.*

27. *Khóa Tịnh Độ – Kinh A Di Đà.*

28. *Nghi Thức Cúng Linh và Cầu Siêu.*

29. *Nghi Lễ Hàng Ngày - 50 Kinh Tụng và các Lễ Vía trong Năm.*

30. *Hương Đạo Trong Đời 2022* - Tuyển tập 60 Bài Thi trong Cuộc Thi Viết Văn Ứng Dụng Phật Pháp 2022.

31. *Hương Pháp 2022* (Tuyển Tập Các Bài Thi Trúng Giải Cuộc Thi Viết Văn Ứng Dụng Phật Pháp 2022).

32. *Giới Hương - Thơm Ngược Gió Ngàn*, Nguyên Hà.

33. *Pháp Ngữ Kinh Hoa Nghiêm* (2 tập).

34. *Tinh Hoa Kinh Hoa Nghiêm*. Thích Nữ Giới Hương. NXB Hương Sen.

35. *Phật Giáo – Tầm Nhìn Lịch Sử Và Thực Hành*. Hiệu đính: Thích Hạnh Chánh và Thích Nữ Giới Hương.
36. *Nhật ký Hành Thiền Vipassana và Kinh Tứ Niệm Xứ.*
37. *Nghi cúng Giao Thừa.*
38. *Nghi cúng Rằm Tháng Giêng.*
39. *Nghi thức Lễ Phật Đản.*
40. *Nghi thức Vu Lan.*
41. *Lễ Vía Quan Âm.*
42. *Nghi cúng Thánh Tổ Kiều Đàm Di.*
43. *Nghi thức cúng Tổ và Giác linh Sư trưởng.*
44. *Nghi Lễ Chẩn Tế Mười Hai Loại Cô Hồn*
45. *Kỷ Yếu Lễ Tưởng Niệm Thánh Tổ Kiều Đàm Di tại Chùa Hương Sen năm 2024*
46. *Nghi Thức Cầu Siêu Chư Hương Linh Thai Nhi*
47. *Kim Quang Minh Kinh Sám Trai Thiên Khóa Nghi*
48. *Phật Giáo và Thánh Tích Sri Lanka*

1.2. SÁCH TIẾNG ANH

1. *Boddhisattva and Sunyata in the Early and Developed Buddhist Traditions.*
2. *Rebirth Views in the Śūraṅgama Sūtra.*
3. *Commentary of Avalokiteśvara Bodhisattva.*
4. *The Key Words in Vajracchedikā Sūtra.*
5. *Sārnātha-The Cradle of Buddhism in the Archeological View.*
6. *Take Refuge in the Three Gems and Keep the Five*

Precepts.

7. *Cycle of Life.*
8. *Forty Years in the Dharma: A Life of Study and Service—Venerable Bhikkhuni Giới Hương.*
9. *Sharing the Dharma -Vietnamese Buddhist Nuns in the United States.*
10. *A Vietnamese Buddhist Nun and American Inmates.*
11. *Daily Monastic Chanting.*
12. *Weekly Buddhist Discourse Chanting.*
13. *Practice Meditation and Pure Land.*
14. *The Ceremony for Peace.*
15. *The Lunch Offering Ritual.*
16. *The Ritual Offering Food to Hungry Ghosts.*
17. *The Pureland Course of Amitabha Sutra.*
18. *The Medicine Buddha Sutra.*
19. *The New Year Ceremony.*
20. *The Great Parinirvana Ceremony.*
21. *The Buddha's Birthday Ceremony.*
22. *The Ullambana Festival (Parents' Day).*
23. *The Marriage Ceremony.*
24. *The Blessing Ceremony for The Deceased.*
25. *The Ceremony Praising Ancestral Masters.*
26. *The Enlightened Buddha Ceremony.*
27. *The Uposatha Ceremony (Reciting Precepts)*
28. *Buddhism: A Historical And Practical Vision.* Edited

by Ven. Dr. Thich Hanh Chanh and Ven. Dr. Bhikṣuṇī TN Gioi Huong.

29. *Contribution of Buddhism For World Peace & Social Harmony*. Edited by Ven. Dr. Buddha Priya Mahathero and Ven. Dr. Bhikṣuṇī TN Gioi Huong.
30. *Global Spread of Buddhism with Special Reference to Sri Lanka.* Buddhist Studies Seminar in Kandy University. Edited by Dr. Ven. Kahawatte Sumedha Thero and Dr. Bhikṣuṇī TN Gioi Huong.
31. *Buddhism In Sri Lanka During The Period of 19th to 21st Centuries*. Buddhist Studies Seminar in Colombo. Edited by Prof. Ven. Medagama Nandawansa and Dr. Bhikṣuṇī TN Gioi Huong.
32. *Diary: Practicing Vipassana and the Four Foundations of Mindfulness Sutta.*
33. *Prayer for the Souls of Unborn Babies.*

1.3. SÁCH SONG NGỮ (VIETNAMESE-ENGLISH)

1. *Bản Tin Hương Sen: Xuân, Phật Đản, Vu Lan (*Hương Sen Newsletter: Spring, Buddha Birthday and Vu Lan, annual/ Mỗi Năm).
2. *Danh Ngôn Nuôi Dưỡng Nhân Cách - Good Sentences Nurture a Good Manner.*
3. *Văn Hóa Đặc Sắc của Nước Nhật Bản-Exploring the Unique Culture of Japan.*
4. *Sống An Lạc dù Đời không Đẹp như Mơ - Live Peacefully though Life is not Beautiful as a Dream.*

5. *Hãy Nói Lời Yêu Thương-Words of Love and Understanding.*
6. *Văn Hóa Cổ Kim qua Hành Hương Chiêm Bái -The Ancient- Present Culture in Pilgrim.*
7. *Nghệ Thuật Biết Sống - Art of Living.*
8. *Dharamshala - Hành Hương Vùng Đất Thiêng, Ấn Độ, Dharamshala - Pilgrimage to the Sacred Land, India.*

1.4. SÁCH CHUYỂN NGỮ

1. *Xá Lợi Của Đức Phật* (Relics of the Buddha), Tham Weng Yew.
2. *Sen Nở Nơi Chốn Tử Tù* (Lotus in Prison), many authors.
3. *Chùa Việt Nam Hải Ngoại* (Overseas Vietnamese Buddhist Temples).
4. *Việt Nam Danh Lam Cổ Tự* (The Famous Ancient Buddhist Temples in Vietnam).
5. *Hương Sen, Thơ và Nhạc* – (Lotus Fragrance, Poem and Music).
6. *Phật Giáo-Một Bậc Đạo Sư, Nhiều Truyền Thống* (Buddhism: One Teacher – Many Traditions), Đức Đạt Lai Lạt Ma 14th & Ni Sư Thubten Chodren.
7. *Cách Chuẩn Bị Chết và Giúp Người Sắp Chết-Quan Điểm Phật Giáo* (Preparing for Death and Helping the Dying – A Buddhist Perspective)

2. ALBUMS NHẠC

Từ Thơ Thích Nữ Giới Hương

1. *Đào Xuân Lộng Ý Kinh* (The Buddha's Teachings Reflected in Cherry Flowers).
2. *Niềm Tin Tam Bảo* (Trust in the Three Gems).
3. *Trăng Tròn Nghìn Năm Đón Chờ Ai* (Who Is the Full Moon Waiting for for Over a Thousand Years?).
4. *Ánh Trăng Phật Pháp* (Moonlight of Dharma-Buddha).
5. *Bình Minh Tỉnh Thức* (Awakened Mind at the Dawn) (*Piano Variations for Meditation*).
6. *Tiếng Hát Già Lam* (Song from Temple).
7. *Cảnh Đẹp Chùa Xưa* (The Magnificent, Ancient Buddhist Temple).
8. *Karaoke Hoa Ưu Đàm Đã Nở* (An Udumbara Flower Is Blooming).
9. *Hương Sen Ca* (Hương Sen's Songs)
10. *Về Chùa Vui Tu* (Happily Go to Temple for Spiritual Practices)
11. *Gọi Nắng Xuân Về* (Call the Spring Sunlight).
12. *Đệ Tử Phật*. Thơ: Thích Nữ Giới Hương, Nhạc: Uy Thi Ca & Giác An, volume 4, năm 2023.
13. *Hoa Pháp Cú* (Dhammapada Flower)
14. *Vu Lan Báo Hiếu* (The Filial Piety on Vu Lan Season)

Mời xem: http://www.huongsentemple.com/index.php/kinh-sach/tu-sach-bao-anh-lac

www.ingramcontent.com/pod-product-compliance
Lightning Source LLC
LaVergne TN
LVHW060116051026
849517LV00007B/2322